பாபாசாகிப் அம்பேத்கர்

இந்திய இலக்கியச் சிற்பிகள்
பாபாசாகிப் அம்பேத்கர்

ஆங்கிலம் மூலம்:
கே. ராகவேந்திர ராவ்

தமிழாக்கம்:
அரு. மருததுரை

சாகித்திய அகாதெமி

Babasaheb Ambedkar: Tamil translation by Aru. Maruthadurai of K. Raghavendra Rao's monograph in English, Sahitya Akademi, New Delhi, (Reprint 2024), Rs. 100/-

உரிமை © சாகித்திய அகாதெமி

ஆசிரியர்	:	கே. ராகவேந்திர ராவ்
தமிழாக்கம்	:	அரு. மருததுரை
பொருள்	:	இந்திய இலக்கியச் சிற்பிகள்
வெளியீடு	:	சாகித்திய அகாதெமி
முதல் பதிப்பு	:	2000
ஐந்தாம் பதிப்பு	:	2022
ஆறாம் பதிப்பு	:	2024
ISBN	:	978-93-5548-638-7
விலை	:	ரூ. 100/-

All rights reserved. No part of this book may be reproduced or utilized in any form or by any means, electronic or mechanical including photocopying, recording or by any information storage and retrival system, without permission in writing from Sahitya Akademi.

சாகித்திய அகாதெமி

தலைமை அலுவலகம் : இரவீந்திர பவன், 35, பெரோஸ்ஷா சாலை, புது தில்லி 110 001.
secretary@sahitya-akademi.gov.in | 011-23386626/27/28.

விற்பனை அலுவலகம் : 'ஸ்வாதி' மந்திர் சாலை, புது தில்லி 110 001
sales@sahitya-akademi.gov.in | 011-23745297, 23364204.

கொல்கத்தா 4, டி.எல். கான் சாலை, கொல்கத்தா 700 025
rs.rok@sahitya-akademi.gov.in | 033-24191683/24191706.

சென்னை குணா வளாகம், 443, இரண்டாம் தளம், அண்ணா சாலை, தேனாம்பேட்டை, சென்னை 600 018.
chennaioffice@sahitya-akademi.gov.in 044-24311741 | 24354815

மும்பை 172, மும்பை மராத்தி கிரந்த சங்கிரகாலய சாலை, தாதர், மும்பை 400 014
rs.rom@sahitya-akademi.gov.in 022-24135744 | 24131948.

பெங்களூரு மத்தியக் கல்லூரி வளாகம், பல்கலைக்கழக நூலக கட்டிடம், டாக்டர் அம்பேத்கர் வீதி, பெங்களூரு 560 001
rs.rob@sahitya-akademi.gov.in. 080-22245152, 22130870.

ஒளி அச்சு : Image Digital, Chennai
அச்சகம் : M.K. Graphics, Chennai
Visit our website at http://www.sahitya-akademi.gov.in

உள்ளடக்கம்

	முன்னுரை	7
	நன்றியுரை	8
1.	வாழ்க்கையும் காலமும்	9
2.	சமூகக் கொள்கை	26
3.	அரசியல் மற்றும் சட்டக் கொள்கை	45
4.	பொருளியல் சிந்தனைகள்	69
5.	சமயமும் பண்பாடும்	84
6.	முற்றுப் பெறாத புரட்சி	101
	பின்னிணைப்பு	
	அம்பேத்கரின் உரைநடைக்கலை	104
	குறிப்பெண்கள்	106
	தேர்வு நூற்பட்டியல்	112

படையல்

ஒரு மாமனிதனைப் பற்றிய இச் சிறு நூல் அம்பேத்கர் வழிமுறையினராகவும் தொடர்ந்து வரும் தேசிய வரலாற்று நிகழ்ச்சிகளில் பங்கு கொண்டவருமாகிய மாண்புமிகு பி.எஸ். சங்கரானந் அவர்களுக்குப் படையலிடப்படுகிறது.

முன்னுரை

பாபாசாகிப் அம்பேத்கர் என்று எல்லோராலும் அறியப் பெற்றவரைப் பற்றிய சுருக்கமான இம்முன்னுரை அவரது வாழ்வும் எண்ணங்களும் (நன்கு அறியப்பெற்றாலும்) பொதுவான வாசகர்களை முதன்மையாக மனத்திற் கொண்டு அமைக்கப் பெற்றுள்ளது. ஆனால் அம்பேத்கரைப் பற்றிய ஆய்வு நூல்கள் மனநிறைவளிக்காத நிலையில் இச்சிறுநூல் பயனுள்ளதாகவே இத்துறையில் வல்லுநராக விளங்குபவராலும் கருதப்படும். இப்போழ்தும் நமக்கு மிகவும் நுட்பமாக ஆங்கிலத்தில் வடிவமைக்கப்பட்ட அம்பேத்கரின் படைப்புக்கள் தேவை. இருந்த போழ்திலும் இத்திசையில் மகாராட்டிர அரசு குறிப்பிடும் வகையில் முயற்சிகளை மேற்கொண்டிருப்பதை நாம் அனைவரும் பாராட்டியாக வேண்டும். இப்போழ்தும் அவருடைய வாழ்க்கை மற்றும் எண்ணங்கள் குறித்து நிறைவளிக்காத வகையில் பல ஆய்வுகள் உள்ளன. இதில் வியப்பளிப்பது என்னவெனில் அம்பேத்கர் தன்னிகரற்ற அறிஞர், மற்றும் முப்பதாண்டுகள் சென்றும், அவரது தேசிய வாழ்வின் பலதிறப்பட்ட ஆட்சிப் பகுதிகளைப் பற்றிய முறையான தொடக்க நிலை விளக்கங்களோ மதிப்பீடு பற்றிய நூல்களோ கொண்டு வராதது நம்முடைய அறிவியல் வாழ்க்கையின் மிகவும் கசப்பான மதிப்பீடாகும். நன்முறையில் ஆராய்ச்சியடிப்படையில் அமைந்த அம்பேத்கரின் வாழ்க்கை வரலாறு நமக்குத் தேவைப்படுகிறது. இதனால் கிடைக்கும் படைப்புக்களைக் குறைத்து மதிப்பிடுவதாக எண்ணிவிடக் கூடாது. ஆனால் மேன்மேலும் நிறைவளிக்கும் வகையில் அவரைப் பற்றிய அறிவார்ந்த படைப்புக்கள் வெளிவரவேண்டும் என்று வலியுறுத்துகிறேன். நான் மிகவும் நுட்பமாக ஆழ்ந்து சிந்தித்து வரிசையறிந்து கருத்தில் கொள்ளத்தக்க அவரது அறிவாற்றலை இந்தப் பொது அறிமுகத்தில் அளித்துள்ளேன். ஆனால் இது எளிமையான இயல்பான நடையோட்டத்தைத் தடை செய்யாது.

பலரும் அம்பேத்கரை பற்றித் தாம் அறிந்தவற்றை நேரிடையாகவும் மறைமுகமாகவும் உதவி அவற்றை வடிவமைக்க உதவினர். சிலவரைப்பற்றி நான் தவறாது குறிப்பிட்டேயாக வேண்டும். அவற்றுள் என்னுடைய நன்றிக்குரிய பேராசிரியர்கள் கே.ஜெ.ஷா, எம்.எம். இராஜசேகரய்யா, ஆர்.டி.ஜங்கமா மற்றும் இரன்தீர்சிங்க ஆகியோர் அடங்குவர். மேலும் என் மதிப்பிற்குரிய குறிக்கப் பெறாத பிறருக்கும் நான் நன்றியுடையனாவேன். ஆனால் என்னுடைய நோக்கு நிலைகளுக்கு அவர்கள் பொறுப்பாளியல்லர்.

நன்றியுரை

முதலிலும், முதன்மையாகவும், நான் சாகித்திய அகாதெமிக்கும், அதனுடன் இணைந்து செயலாற்றுவோருக்கும் குறிப்பாகப் பேராசிரியர் இந்திரநாத் சவுத்திரி, டாக்டர் எஸ்.கே. தேசாய் ஆகியோருக்கும் சிந்தனைக்குச் சவலாக மிகக் கடினமாக அமைந்துள்ள மிக முக்கியமான பணியான பாபாசாகிப் அம்பேத்கரைப் பற்றிய இச் சிறிய வரலாற்றுச் சுருக்கத்தை எழுத எனக்கு வாய்ப்பளித்தமைக்கு நன்றியினைத் தெரிவித்துக் கொள்கிறேன்.

இரண்டாவதாக எனக்கு அம்பேத்கரின் தொகுப்புகளை வழங்கியும், என்னைத் தூண்டும் வகையில் கலந்துரையாடியும் உதவிய பாட்னா பல்கலைக்கழக அரசியலறிவியல் துறைப் பேராசிரியர் டாக்டர் கோபால குரு அவர்களுக்கு என் நன்றி உரியதாகும்.

மனைவி பிரபா, மகன்கள் பீமு. கோபி, மகள்கள் மது, விஜி, மருமகள் முரளி, மருமகள் ஸ்ரீ, பெயரக்குழந்தை மகிட் ஆகியோர் இப்பணியினை நிறைவேற்ற உறுதுணை புரிந்தமைக்கு நிறைவாக எவ்வகையிலும் குறைவுபடாத எனது அன்பு கலந்த நன்றி.

1. வாழ்க்கையும் காலமும்

நவனீ இந்திய வரலாற்றின் மிக இன்றியமையாததோர் காலக்கட்டத்தோடு பீமராவ் ராம்ஜி அம்பேத்கரின் வாழ்க்கை (1891-1956) பின்னிப் பிணைந்துள்ளது. 1885ஆம் ஆண்டில் இந்திய தேசிய காங்கிரஸ் அமைப்புடன் நவீன தேசிய இயக்கம் தொடங்கப் பெற்ற ஆறு ஆண்டுகளுக்குப் பிறகு அவர் பிறந்தார். வளர்ந்தும் மாறியும் வரக்கூடிய தேசிய இயக்கத்துடனான அம்பேத்கரின் தொடர்பு, சிக்கலானதாகவும் ஆராய்ச்சிக்கிடமானதாகவுமிருந்த போதிலும் நாம் பிறகு நோக்கவிருப்பதைப் போன்று அந்த வரலாற்றுப் பின்னணியில்தான் அவர் வாழ நேரிட்டது என்பதில் எவ்வித ஐயமுமில்லை. ஆனால் மேற்குறிப்பிட்ட அந்தச் சில பத்தாண்டுகளில், இந்நாட்டில் மிக வேகமாக ஏற்பட்டு வந்த இன்றியமையாத, புரட்சிகரமான மாற்றங்களைத் 'தேசிய இயக்கம்' என்ற ஒரே சொல்லில் அடக்க முடியாது. உண்மையில் இந்திய தேசியத்தின் தொடக்கம் என்பது வேகமான வளர்ச்சி, பொருளாதாரம், சமூகம், நாகரிகம் ஆகியவற்றில் ஏற்பட்டுவரும் ஆழமான மாற்றங்களின் அரசியல் வெளிப்பாடேயாகும். இந்த மாற்றங்களையெல்லாம் குறிக்கக் கூடிய ஒரு பரந்த சொல் (நவீனமயமாக்கல்) 'புதுப்பித்தல்' ஆகும். இது கண்ணுக்குப் புலப்பட்டும், புலப்படாததுமான எதிர்ப்புகள் கொண்டதும், குழப்பங்களால் சூழப்பட்டதும், முரண்பாடுகளால் நெருக்கப்பட்டதுமான தெளிவற்ற ஒரு வழிமுறை என்று ஒருவர் ஏற்றுக்கொண்டாலும் இந்தியா உறுதி யாகவும் ஆனால் ஓரளவு நிதானமாகவும் காலத்திற் கேற்றவாறு நவீனமயமாகிறது என்பதை ஏற்றுக் கொண்டேயாக வேண்டும். விவசாய, முதலாளித்துவப் பொருளாதாரத்திலிருந்து இந்தியா அதற்கேயுரித்தான குழப்பமான, சிக்கலான வழியில் தொழில்துறை முதலாளித்துவப் பொருளாதார நாடாக வளர்ந்து கொண்டிருந்தது. இவ்வுண்மையைப் பொதுவுடைமைத் தத்துவம், பொதுவுடைமை அடிப்படையிலமைந்த சமுதாய அமைப்பு என்ற அரசியல் சொற்சாதுரியங்களால் மறைக்க முயற்சிக்கப்படுகிறது என்பதில் ஐயமில்ல. ஆனால் 1990 இல் இவை உண்மை என்று வெறும் சாதுரியச் சொற்களே என்பது நிரூபிக்கப்பட்டது. இச்சமுதாயம், தனித்தன்மை, தன்னார்வம், கூட்டுக் குடும்பம்,

மாறிவரும் வகுப்பமைப்பு, பகுத்தறியும், மதச்சார்புமற்ற, மனிதத் தன்மையுமுள்ள பண்புகளின் மீது அதிக இன்றியமையாமையுடன் தெளிவான வடிவத்துடன் ஆனால் நிதானத்துடன் மாறிவருகிறது. ஆனால் இந்நவீனச் சமூகம் என்ற திசையில் வேகமான மிகப்பெரிய மாற்றங்களை அடையமுடியும் என்று எண்ணிய தீண்டத் தகாதவர்கள் அல்லது பட்டியல் இனப்பிரிவினரைச் சமூக மாற்றத்தின் வேகம் நிறைவு செய்யவில்லை. உண்மையில் இந்தியாவின் நவீனமயமாக்கும் திட்டம் காலந்தாழ்ந்து மெதுவாகச் செயற்பட்டமை அம்பேத்கரைப் பொறுமை இழக்கச் செய்தது. வெளிப்படையான, உள்தொக்கிய மரபுகள், ஒளிவுமறைவில்லாத, ஒளிவு மறைவான நடத்தை, கனவுகள், அடி மனத்தில் புதைந்துள்ள தெளிவில்லாத விருப்பங்கள் ஆகியவற்றை உள்ளடக்கிய பண்பாட்டு மாற்றத்தின் வேகம் சமுதாய மாற்றத்தின் வேகத்தை விடவும் குறைவு.

அம்பேத்கர் பிறந்தபோழ்து புதுப்பிக்கும் அல்லது நவீன வழிமுறை தொடர்ந்தாலும் வரலாற்று மேற்பரப்பின் கீழ், பின்னர் வெடிக்கப் போகும், கொந்தளிக்கும் கருதது வேறுபாடுகள், முரண்பாடுகள், குழப்பங்கள் நிகழக்கூடிய வாய்ப்புக்கள் இருந்தன. அம்பேத்கர் வளரும் காலத்தில் இவை உண்மை நிகழ்ச்சிகளாக வெடிக்கத் தொடங்கின. இவ்வரலாற்றுப் பின்னணியில்தான் ராம்ஜி சக்பால், பீம்பாய் இருவருக்கும் பதினான்காவது குழந்தையாக மத்திய பிரதேசத்திலுள்ள 'மோ' என்ற இடத்தில் 1819 ஏப்ரல் திங்கள் 14ஆம் நாள் பீம்ராவ் ராம்ஜி அம்பேத்கர் பிறந்தார். முதலில் மகாராஷ்டிரத்திலுள்ள கொங்கன் பகுதியில் தோன்றியவர்கள் அம்பேத்கரின் மூதாதையர்கள். அவர்களுயை குடிவழிக் கிராமமான 'அம்பவேத' ரத்னகிரி மாவட்டத்தில் உள்ளது. இக்குடும்பப் பின்னணி யின் சில சிறப்புக் கூறுகளை அறிந்து கொள்ள வேண்டியது இன்றியமையாததாகும். அம்பேத்கர் தாழ்த்தப்பட்ட இனத்தில் மகர்ப்பிரிவில் தோன்றியவர்; மகர்ப்பிரிவு தாழ்த்தப்பட்டோரில் பொது அறிவு, அழிவிலிருந்து மீண்டும் எழுந்தன்மை, சூழ்நிலைக்கேற்ப வாழ்வினை மாற்றி அமைத்துக் கொள்ளும் தன்மை ஆகியவற்றில் மிக முன்னேறியதாகவும் பலம் பொருந்தியதுமாகும். இம்மகர் வகுப்பிலிருந்து வந்த ஒரு குழந்தை நல்ல எதிர்க்கும் குணம் வாய்ந்ததாகவும் நுட்பமாகச் செயலை முடிக்கும் குணமுடையதாகவும் தனக்கு இழைக்கும் முறையற்ற செயல்கள் அவமானங்கள் ஆகிய வற்றைப் பொறுத்துக் கொள்ள முடியாததாகவுமிருக்கும் என்பது முதலில் எதிர்பார்க்கக் கூடியதே. இரண்டாவதாக அவருடைய தந்தை ராம்ஜியும், பாட்டனார் மாலோஜியும் ஆங்கிலேயர்களுடன் ராணுவத்தில் பணியாற்றியவர்கள் என்ற வகையில் இந்தக்

குடும்பத்திற்கு இராணுவப் பின்னணியும் உண்டு. மோவே ஒரு இராணுவத் தலைமையிடமும் ராணுவ வீரர்கள் குடியிருப்புமாகும். பீமாராவின் தாயும் இராணுவப் பின்னணியுள்ள குடும்பத்தில் தோன்றியவரே. அம்பேத்கரின் பிற்கால வாழ்க்கையை நோக்குகையில் அது அவருடைய பிறப்போடிணைந்ததோர் தொன்மைப் பொருள் பொதிந்ததாக உள்ளது. துறவியாகச் சென்றுவிட்ட அவருடைய சிற்பப்பாக்களில் ஒருவர், இக்குடும்பத்தில் வரலாற்றில் தன் முத்திரையைப் பதிக்கக்கூடிய ஒரு ஆண் குழந்தை பிறக்கும் என்ற வரத்தையளித்தார். மூன்றாவது பொருத்தம் மனிதர்கள் ஏதேனும் சமய நம்பிக்கையில்லாமல் வாழ முடியாது என்பது அம்பேத்கர் வாழ்நாள் முழுமையும் கொண்டிருந்த திட நம்பிக்கையாகும். இவரது குடும்பம் மனிதப் பண்புகள் நிறைந்த யாவருக்குமுரிய தத்துவங்கள் கொண்ட கபீர்பந்தைத் தழுவியது. கபீர் இறைவனின் முன்பு எல்லோரும் சமம் என்ற கொள்கையை ஆதரித்தவரும் சாதிக்கு எதிராக “இயக்கம் நடத்தியவரும்” ஆவார் என்பதை இங்கு நினைவுகூர்தல் சாலச் சிறந்தது.

ராணுவத்திலிருந்து ஓய்வு பெற்றதற்குப் பின்னர் இரத்தினகிரி மாவட்டத்திலுள்ள டாபோலிக்கு ராம்ஜி குடிபெயர்ந்தார். இளம் வயது பீம்ராவ் ஐந்தாம் வயதில் உள்ளூரிலுள்ள மராத்திப் பள்ளிக்கு அனுப்பப்பட்டார். பிறகு ஓய்வுபெற்ற ராணுவ அலுவலர் என்பதால் கிடைத்த அரசாங்க வேலை நிமித்தம் அவருடைய தந்தை சதாராவுக்கு மாற்றலாகியபோழ்து பீம்ராவ் அங்குள்ள அரசினர் உயர்நிலைப் பள்ளியில் 1900இல் உயர்நிலைக் கல்வியைத் தொடங்கினர். பள்ளி ஏட்டில் அவருடைய பதிவுப் பெயர் பீமா ராம்ஜி அம்பாவடேகர். அவருடைய இயற்பெயரான சக்பால் என்பதை விட இக்குடும்பப் பெயரைத் தானாகத் தேர்ந்தெடுத்துக் கொண்டது ஒரு வியப்புக்குரிய கதையாகும். இவ்வுயர்நிலைப் பள்ளியிலுள்ள ஆசிரியர் ஒருவர் இவரின்பால் தனிப்பற்றுக் கொண்டவராகவும் இவரைத் தத்துப்பிள்ளையாகவும் கருதினார். அவருடைய ‘குரு’வின் பால் கொண்ட பாசமிகு மதிப்பின் அடையாளமாக அவரின் குடும்பப் பெயரைத் தனக்கென்று தேர்ந்து கொண்டார். பள்ளியில் ஏனைய தீண்டத்தகாத மாணவரைப் போன்றே அம்பேத்கரும் விலக்கி வைத்தலுக்குப் பலியானார். மற்ற மாணவர்களிடமிருந்து அவர் தனியே உட்கார வைக்கப்பட்டார். அவர்களுடன் கலந்துரையாடுவதற்கோ விளையாடுவதோ தடை செய்யப்பட்டது. தெய்வீக மொழியைக் கற்பதற்குத் தீண்டத்தகா தவர்கள் அருகதையற்றவர்கள் என்ற காரணத்தினால் அவருடைய சமஸ்கிருத ஆசிரியர் அவருக்குச் சமஸ்கிருதத்தைக் கற்பிக்க

மறுத்துவிட்டார். இவ்வாறு அவருடைய விருப்பத்திற்கு மாறாக அவர் பாரசீகத்தைக் கற்க நேரிட்டது. பீமராவ் உள்ளிட்ட, தீண்டத்தகாத மாணவர்களின் சுவடிகளைத் தீட்டுப்பட்டுவிடும் என்ற காரணத்தால் ஆசிரியர்கள் தொடவில்லை. மேலும், மாணவர்களுடன் வாய் மொழியாகவோ, செய்கை மொழியாகவோ கூட அவ்வாசிரியர்கள் கருத்துத் தொடர்புகளை ஏற்றுக்கொள்ள மறுத்தார்கள். ஏனைய தீண்டத்தகாத மாணவனைவிட மானமிக்க அறிவுத் திறமுடைய அம்பேத்கர் இந்த அவமானங்களால் அதிகமாக வருந்தியிருக்க வேண்டும்.

ராம்ஜி, அவருடைய பணி முடிவுற்றபோழ்து 1904இல் பம்பாய்க்குக் குடியேறினார். அவர்கள், பரேலில் பல குடித்தனங்கள் கொண்ட ஒரு வீட்டில் ஒரு அறையை வாடகை வீடாக அமர்த்திக் கொண்டனர். ஒரு பெரிய மாவரைக்கும் கல்லுக்கும் பெண் வெள்ளாட்டுக்கும் இக்குடும்பம் இடம் தேட நேரிட்டது. அம்பேத்கர் பரேலிலுள்ள மராத்தா உயர்நிலைப் பள்ளியில் படிக்கச் சென்றார். ஆனால் பிறகு அரசாங்கத்தால் நடத்தப்படும் எல்பின்ஸ்டன் உயர்நிலைப் பள்ளிக்கு விரைவில் மாறிக் கொண்டார். மகர் சிறுவன் கிரிக்கெட் விளையாடுவது அப்பள்ளியில் தடை செய்யப்படவில்லை. இதற்காகப் பம்பாயின் பரந்த மனப்பான்மைக்கும் நகரத்துக்கேயுரிய சிறப்பியல்பிற்கும் நன்றி கூற வேண்டும். ஒரு மாணவனாகத் தெரிந்து கொள்ளவேண்டுமென்ற தணியாத தாகத்தையும், கல்வியின் பால் கொண்ட அளப்பரிய ஆரவத்தையும் பீம்ராவ் வெளிப்படுத்தினார். 1907இல் அவர் மெட்ரிகுலேசன் படிப்பை முடித்தார். ஒரு மகர் இளைஞனுக்கு இது குறிக்கத் தக்கதோர் வெற்றிப் பேறாகும். இந்நிகழ்ச்சி, சத்யசோதச் சமுதாயச் சீர்திருத்த இயக்கத்தின் தலைவரான எஸ்.கே. போலேவின் தலைமையில் ஏற்ற முறையில் கொண்டாடப்பட்டது. அந்நிகழ்ச்சியில் தீர்க்கத்தரிசனத்துடன் புத்தரின் வாழ்க்கை வரலாறு என்ற நூலின் படியொன்று அதனாசிரியர் கே.எஸ். கேலுஸ்கரால் அம்பேத்கருக்குப் பரிசளிக்கப் பெற்றது. பள்ளியில் ஐந்தாம் படிவம் படிக்கும்போழ்தே தனது பதினான்காம் வயதில் மணம் புரிந்துகொண்டார். மணப்பெண் ராமாபாய் ஒன்பதே வயதானவர். பிகு வாலான்கரின் மகளாவர்.

பரோடாவின் சீர்திருத்த மனப்பான்மையுள்ள மன்னர் மகாராஜா சாயாஜிராவ் கெய்க்வாடால் அளிக்கப்பெற்ற மாத உதவித் தொகையான ரூபாய் இருபத்தைந்தைக் கொண்டு அம்பேத்கர் தன் கல்லூரிப் படிப்பை எல்பின்ஸ்டன் கல்லூரியில் தொடர்ந்தார். நூற்களாகவும் பேராசிரியர் முல்லர் இவ்வுதவியை அதிகரித்தார். சமுதாயத்தினால் இழிவுப்படுத்தப்படல் பம்பாயிலும் முழுமையாக

மறைந்துவிடவில்லை. உணவங்களில் தேனீர், நீர் மறுக்கப்பட்டன. இத்தருணத்தில் அவருடைய குடும்பமும் வெல்வச் செழிப்பில் ஓரளவு முன்னேறியதால் ஷால் வளர்ச்சியமைப்பின் குடியிருப்புகளில் இரண்டு அறைகள் உள்ள ஒரு வீட்டைச் சொந்தமாக்கிக் கொண்டனர். கல்லூரியில் பயிலும் போழ்தே அம்பேத்கர் தந்தையானார். அவருடைய முதல் குழந்தை யெஸ்வந்த் பிறந்தான். 1913இல் ஆங்கிலம், பாரசீகம் ஆகியவற்றில் எந்த வகுப்போ, சிறப்பிடமோ இன்றி அவர் பி.ஏ. தேறினார். அவ்வாண்டில்தான் தன்மீது ஆழமான அன்பு கொண்ட அவர் தந்தையை இழந்தார். இவர் தந்தை, தன் மகனின் கல்விக்காகத் தன்னை முழுமையாகத் தியாகம் செய்தவர்.

அவருடைய பட்டப் படிப்பிற்குப் பிறகு அவருடைய தந்தையாரின் விருப்பத்திற்கு மாறாகப் பரோடா அரசில் பணியேற்றுக் கொண்டார். அரசின் உயர் பணிகளைத் தங்களுக்கேயுரியவைகளாக ஆக்கிக் கொண்ட உயர்குடிப் பிறப்பினர்க்கு இணையான ஓர் அலுவலராக அவர்களுக்கிடையே திடீரென்று தான் இருப்பதை அவர் கண்டார். உயர்குடிப் பிறப்பினரின் மனத்தில் தீட்டு என்ற எண்ணம் ஆழமாகப் பதிந்திருந்த நாட்கள் அந்த நாட்கள். எனவே, கீழ்நிலைப் பணியாட்களால் கூட அம்பேத்கர் மதிப்புக் குறைவயை நேரிட்டது. நல்ல குடியிருப்புப் பகுதிகளில் வீடு பெறுவதில் வழக்கமான துன்பங்களைச் சந்தித்தார். அவர் ஆர்ய சமாஜத்தினர் ஒருவரோடு வாழ்ந்து வந்தார். ஆனால் மனத்தை வருத்தும் சமூக இயல்புகள் அவரை அரித்துக் கொண்டிருந்தன. அவர் பணியைத் துறக்க ஒரு வாய்ப்பினை மட்டும் எதிர்பார்த்துக் கொண்டிருந்தார். நியூயார்க்கிலுள்ள கொலம்பியப் பல்கலைக்கழகத்தில் மேற்படிப்பை நிறைவு செய்த பிறகு அரசாங்கத்தில் பணியாற்ற ஜூன் திங்கள் 1913இல் உடன்படிக்கை செய்து கொண்டார். அவருடைய சமுதாயத்தில் வெளிநாட்டுப் படிப்பை ஏற்கும் முதலாமவர் அவர் என்பதால் அந்நிகழ்ச்சி வரலாற்றுச் சிறப்புடையதாகும். கொலம்பியாவில் அவர் தீண்டத்தகாதவர் என்ற நிலைக்குள்ளாக்கப்படவில்லை. சமுதாயச் சமத்துவம் என்ற இதமான வெய்யிலைத் துய்யக்கத் தொடங்கினார். நாள் ஒன்றுக்குப் பதினெட்டு மணியை அவர் படிப்பிற்காகச் செலவிட்டுக் கடுமையாக உழைத்தார். பேராசிரியர் செலிக்மனைப் போன்ற மேன்மையான பொருளாதார வல்லுநரை ஆசிரியராகப் பெற்றதில் அவர் நல்லூழ் வாய்க்கப் பெற்றவரானார். மாபெரும் விடுதலைப் போராட்ட வீரரான லாலா லஜபதியினுடனான சந்திப்பும்; ஒரு சாதி என்பது ஒரு வெரியிடப்பட்ட வகுப்பு என்றும், ஒரே இனத்திற்குள் மணம் புரிந்து கொள்வதே சாதியமைப்புத்

தத்துவம் என்றும் அவர் வாதம் செய்துள்ள, “இந்தியாவில் சாதிகளின் தொடக்கம்” என்ற ஆராய்ச்சிக் கட்டுரையை அவருக்கு அளித்ததும் குறிப்பிடத்தக்க இரண்டு நிகழ்ச்சிகள். பிறகு இக்கட்டுரை, “இந்தியன் ஆன்டிக்குவரி”யில் வெளியிடப்பட்டது. இதற்கு முன்னதாகப் “பண்டைய இந்திய வாணிகத்தைப் பற்றிய ஆராய்ச்சிக் கட்டுரைக்காக அவர் எம்.ஏ. பட்டம் பெற்றார். பிரிட்டிஷ் இந்தியாவில் மாநில நிதியின் உயர்வளர்ச்சி *(The Evolution of Provincial Finance in British India)* என்ற தலைப்புடன் எட்டு வருடங்களுக்குப் பிறகு நூலாக வெளிவந்த “இந்தியாவிற்கானத் தேசிய இலாபப் பங்கு” ஒரு வரலாற்றுப் பகுப்பாராய்வு” என்ற முனைவர் பட்டத்திற்கான ஆய்வுக் கட்டுரையை 1916 ஜூலைத் திங்களில் அளித்தார். வரவு செலவு கலந்துரையாடலின் போழ்து இத்தொகுதி சட்டமன்ற உறுப்பினர்களுக்கு நடைமுறை பயனளிக்கக் கூடியதாக இருக்கும் என்ற பேராசிரியர் செலிக்மனின் முன்னுரையைத் தாங்கி இந்நூல் வெளிவந்தது.

ஐக்கிய அமெரிக்காவிலுள்ள கொலம்பியாவிலிருந்து மேற்கு நாடுகளில் செல்வாக்குடன் திகழ்ந்த கல்வியறிவு மையமான ஐக்கிய அரசிலுள்ள லண்டன் பொருளாதார அரசியலறிவியல் பள்ளிக்கு ஒரு பட்டதாரி மாணவனாகச் சென்றார். அங்குப் பேராசிரியர் செலிக்மான் அளித்த அறிமுகக் கடிதத்துடன் பேராசிரியர் கானன் அவர்களையும் புகழ்பெற்ற சிட்னிவெப் அவர்களையும் சந்தித்தார். அவர், “பார் அட்லா” விற்குத் தகுதி பெறுவதற்கு ‘இக்ரேஇன்’ என்ற சட்டக் கல்லூரியிலும் அனுமதி பெற்றார். பரோடா மன்னர் உதவித் தொகையை நிறுத்தி விட்டமையால் அவருடைய எம்.எஸ்.சி., ஆய்வுக் கட்டுரைக்காக ஒரு வருடம் உழைத்துப் பின்னால் அவருடைய படிப்பை நிறுத்தவும் நேரிட்டது. பேராசிரியர் கானனின் நல்லெண்ணத்தின் காரணமாக அக்டோபர் திங்கள் 1917லிருந்து நான்கு வருடங்களுக்குள் எப்போழ்து வேண்டுமானாலும் தன் கல்வியைத் தொடர அம்பேத்கதர் சிறப்பு அனுமதியைப் (நன்றியுடன்) பெற்றார்.

இந்தியாவில் மறுபடியும் பரோடா மன்னரிடம் படைத்துறைச் செயலராகப் பணியேற்றார். இது இறுதியில் அரசாங்கத்தின் நிதி அமைச்சராவதற்கான முன்னோடியாகும் எனலாம் ஆனால் தன் சொந்த நாட்டிற்குத் திரும்பியபொழுது முழு அவமானமே அவரை வரவேற்றது. தன் சொந்த இடத்திற்குப் புகழ் மாலைகளுடன் திரும்பும் ஒருவருக்கு அங்கு வரவேற்பில்லை. எந்த விடுதியிலும் அவர் தங்குவதற்கு இடம் கிடைக்கவில்லை. பார்சி விடுதியொன்றில் தன் அடையாளத்தை வெளிக்காட்டாமல் அடைக்கலம் புகுந்து தங்க

நேரிட்டது. தன் சொந்த அலுவலகத்தில் அடிப்படைப் பணியாளர்கள் தாள்களையும் கோப்புகளையும் அவர்மீது எறிந்தனர். அவர் அருந்துவதற்குத் தண்ணீர் கிடைக்கவில்லை. விடுதியிலிருந்து பொது நூலகத்திற்கு அடைக்கலம் புக நேரிட்டது. இதில் தலையிடுமாறு மன்னரிடம் முறையிட்டும் எப்பயனுமில்லை. சாதி இந்துக்களின் மனத்தில் ஆழப் புதைந்துள்ள ஓரவஞ்சனைகளிலிருந்து இவருடைய தனி மனித வெற்றிகள், சாதனைகள் தன்னைக் காத்துக் கொள்ள முடியவில்லையே என்று இவர் மனக் கசப்படைந்தார். அவர் கண்ணீர் விட்டழுதார். மனக்குறைவுடன் பரோடாவைப் பிரிந்தார். 1917இல் நவம்பர்த் திங்கள் அவர் மறுமுறையும் பம்பாய்க்குத் திரும்பிவிட்டார். அவரை வாழ்த்துவதற்கென்று பம்பாயில் ஏற்பாடு செய்யப் பெற்ற விழாக் கூட்டத்திற்குத் தலைவர் பொறுப்பு ஏற்றுக் கொண்ட சர். செடல்வால் கலந்துகொள்ளவில்லை, இதே நேரத்தில் தான் "இந்தியாவில் சிறு குத்தகை நிலங்களும் அதன் தீர்வுகளும்' என்ற தலப்பிட்ட நூலைத் தனக்கேயுரிய வழக்கமான திறனுடனும் அறிவு நுட்பத்துடனும் வெளியிட்டார். பம்பாயில் அவர் தன் வாழ்க்கையையும்வருமான வழிமுறைகளையும் திருத்தி அமைத்துக்கொள்ள வேண்டியிருந்தது. மாணவர்களுக்குத் தனிக் கல்வியளிக்கத் தொடங்கியதோடு பங்குப் பத்திரங்களில் அறிவுரை வழங்க ஒரு நிறுவனத்தையும் தொடங்கினார். ஆனால் ஒரு தீண்டத்தகாதவனிடம் அறிவுரைக்குச் செல்வதா என்ற எண்ணத்தால் வாடிக்கையாளர்கள் வரவில்லை என்பதால் எதிர்பார்த்தவாறு திட்டம் செயல்படவில்லை. சிறிது காலத்திற்கு ஒரு பார்சி வியாபாரி யின் கணக்கு வழக்குகளைத் தன் காலத்தைக் கழிக்கக் கவனிக்க வேண்டியிருந்தது. ஆனால் 1918 நவம்பரில் பம்பாயிலுளள சைடனம் கல்லூரியில் அரசியல் பொருளாதாரப் பேராசிரியர் பணியேற்றதால் தற்காலிகமான ஓய்வு அவருக்குக் கிடைத்தது. அவர் எழுச்சியூட்டும் ஆசிரியர் என்ற முத்திரையைப் பதித்தமையால் ஏனைய பிற கல்லூரி மாணவர்கள் அவர் உரையைக் கேட்க அவரைச் சூழ்ந்தார்கள். இருந்தபோழ்திலும் சமூகத்தில் சிறுமைப்படும் நிலையில் சிறிதும் மாற்றமில்லை. ஆசிரியர்களுக்கான அறையிலிருந்த பானையிலுள்ள நீரைப் பருக அவருடன் பணிபுரியும் ஆசிரியர்களால் அனுமதிக்கப் படவில்லை. 1920 மார்ச்சில் லண்டனில் தன்னுடைய பொருளாதாரச் சட்டக் கல்வியைத் தொடர இப்பதவியைத் துறந்தார். இம்முறை அவரின் பொருளாதார உதவிக்குக் கோலாப்பூர் மன்னர் துணை புரிந்தார்.

லண்டனுக்குச் செல்லுமுன்னர் இன அடிப்படையில் தனித் தொகுதி வேண்டும் என்பதை ஆதரித்து வாக்குரிமை பற்றிய

சௌத்பரவ் குழுவிடம் விளக்கமளித்தார். இக்குழு தன் அறிக்கையை 1922 பிப்ரவரியில் அளித்தது. இது பின் தொடர்ந்து மாண்ட்போர்டு அரசியல் சட்டச் சீர்த்திருத்தங்களுக்கு அடிப்படையாக அமைந்தது. இக்குழுவின் பரிந்துரைகள் இந்தியாவிலுள்ள தாழ்த்தப்பட்ட இன மக்களின் நலனை உயர்த்த "மூக் நாயக்" (ஊமைகளின் தலைவன்) என்ற இதழை 1920 ஜனவரித் திங்களில் தொடங்கினார். அதன் முதல் இதழிலேயே இந்து சமூகத்திற்கேரியுரிய சமத்துவமின்மை, அநீதி, ஒடுக்குமுறை ஆகியவற்றைத் தாக்கித் தன்னிலையைத் தெளிவாக்கினார். இவ்விதழ் கோலாப்பூர் மன்னரின் பொருளாதார ஆதரவைப் பெற்றது. ஆனால் குறுகிய காலத்திலேயே இவ்விதழ் நிறுத்தப்பட்டுவிட்டது. நாக்பூரிலும் (1918) கோலாப்பூரிலும் (1920) நடந்த தாழ்த்தப்பட்ட இன மக்களின் மாநாடுகளில் கலந்து கொண்டார். பிந்தைய மாநாட்டில்தான், "உரிமைகளை வற்புறுத்த ஒழுங்குபடுத்தப் பெற்ற கழகங்கள் வேண்டும் என்ற முக்கிய கொள்கையையும், சங்கங்களும் தனிமனிதச் சக்திகளும் தீண்டத்தகாதவர்களால் நடத்தப் படாவிட்டால் அவற்றிற்குத் தாழ்த்தப்பட்டோர் நலனைக் காக்கும் உரிமையில்லை என்ற கருத்தையும் முன் வைத்தார். குறிப்பாக வி.ஆர். ஷிண்டேயின் தாழ்த்தப்பட்ட இனங்களின் நிறுவனத்தை எதிர்த்தார். இக்கொள்கை ஒழுங்குப்படுத்தப் பெற்ற செயல்பாட்டுக் கருத்துக்களில் சுயசார்பின் மீது அதிக வற்புறுத்தலோடு தாழ்த்தப்பட்ட இனங்களின் அடிக்கல்லாக அமைந்தது.

1920 செப்டம்பரில் லண்டன் பொருளாதார அரசியல் அறிவியல் பள்ளியிலும் க்ரேஸ் கின்னிலும் ஒரே நேரத்தில் தன்னைப் பதிவு செய்து கொண்டார். அம்பேத்கரின் நிதிநிலைமை அவருடைய வெளிநாட்டுப் படிப்பின் இரண்டாம் பகுதியிலும் நிறைவளிக்கவில்லை. நல்வாய்ப்பாகக் கோலாப்பூர் சாகு மன்னர் அவருக்கு உதவினார். தன் உணவையும் துறந்து முன்பை விட மிகக் கடுமையாக உழைத்தார். தன் அன்றாட வாழ்க்கையில் கேளிக்கைகளை ஒதுக்கிவிட்டுக் கல்வி இலக்குகளில் மட்டுமே அதிக நாட்டத்தை வெளிப்படுத்தினார். வீடு திரும்பிய அவர் மனைவி, பிறரிடமிருந்து உதவி பெறுவதை மதிப்புக் குறைவாகக் கருதி நிதி நிலையைச் சீர் செய்வதற்குத் தன் நகைகளை விற்றார். 1921 ஜூனில், "பிரிட்டிஷ் இந்தியாவில் அரசாங்க நிதி நிர்வாக அதிகாரங்களைப் பகிர்ந்தளித்தல்" என்ற ஆராய்ச்சிக் கட்டுரையை எம்.எஸ்.சி., பட்டப் பேற்றிற்காக அளித்துப் பட்டம் பெற்றார். பல்கலைக்கழகக் கல்வியில் குறுகிய கால இடைவெளிக்குப் பின்னர் டி.எஸ்.சி, (பொருளாதாரம்) பட்டத்திற்காக, "ரூபாயின் சிக்கல் - அதன் தொடக்கமும் தீர்வுகளும்" என்ற தலைப்பில் ஆராய்ச்சிக் கட்டுரையை லண்டன் பல்கலைக்கழகத்திற்கு அளித்தார். பட்டம் பெற்றது

மட்டுமில்லாமல் லண்டனில் அதனை நூலாகவும் வெளியிட்டார். இந்நூல் பேராசிரியர் கானனின் மிகுந்த பாராட்டுரையை முன்னுரையாகத் தாங்கி வெளிவந்தது. "இந்திய நாணயம் - வங்கி வரலாறு" என்ற தலைப்பில் 1947இல் இந்தியப் பதிப்பாகப் பின்னர் மறுமுறையும் வெளியிடப்பட்டது. 1923இல் அவர் வழக்கறிஞர்கள் சங்கத்திற்கு அழைத்துக் கொள்ளப்பட்டார். இத்தருணத்தில் தீண்டத்தகாதவர்களின் சிக்கல்களை அப்போதைய இந்தியாவின் தலைமைச் செயலராக விளங்கிய இ.எஸ். மாண்டேகுவுடனும் வல்லபாய் பட்டேலுடனும் விவாதித்தார்.

1923 ஜூனில் பம்பாய் உயர்நீதிமன்றத்தில் வழக்கறிஞராகத் தன் தொழிலைத் தொடங்கினார். சன்னத்திற்குப் பணம் கட்டக் கூட முடியாத அளவிற்குப் பொருளாதாரத்தில் மிகக் கீழ் நிலையிலிருந்தார். வாதிடும் தொழிலை ஏற்றுக் கொண்டாலும் தீண்டாமை என்ற களங்கம் அவருடைய காலடியைப் பின் தொடர்ந்தது. அவர் ஒரு தீண்டத்தகாதவர் என்ற வழக்கமான காரணத்தினால் அவருடனிருந்த வழக்கறிஞர்கள் பணித் தொடர்பு வைத்துக் கொள்வதைக் கூடத் தவிர்த்தார்கள். முக்கியத்துவமில்லாத பிற வேலைகளை மட்டும் செய்யும் நிலைக்குத் தள்ளப்பட்டார். பரேலில் தாமோதர் கூடத்தில் ஓர் அலுவலகம் அவரால் திறக்க முடிந்ததற்கு உதவிக்கரம் நீட்டிய தொழிற்சங்கத் தலைவர் என்.எம். ஜோஷிக்கு நன்றி தெரிவிக்க வேண்டும். சமூக அடக்குமுறைச் சூழ்நிலை எங்கும் நீக்கமற நிறைந்திருந்த போழ்திலும் அவருக்கு உதவி செய்ய முன்வர கண்ணியமான சில மனிதர்களும் இருந்தார்கள். அரும்புவிடும் வழக்கிறிஞரான இவரிடம் தங்கள் வழக்குகளை நம்பி ஒப்படைத்த பி.ஜி. மோதக், டி.ஏ. காரே போன்றோரே இவர்கள். சட்டத் தொழிலிருந்து கிடைக்கும் வருமானத்தோடு, பாட்லிபாய் கணக்கியல் நிலையத்தில் பகுதி நேரப் பேராசிரியராகப் பணியாற்றித் தன் வருமானத்தைப் பெருக்கிக் கொண்டார். பம்பாய்ப் பல்கலைக்கழகத்தில் தேர்வு அலுவலர் பணியிலும் சிறிது ஊதியம் கிடைத்தது. ஆனால் அவருடைய கவலைகள் அவருடைய அழுத்தமான பொதுத் தொண்டை நிறுத்தவில்லை. 1924 மார்ச் 9ஆம் நாள் தாமோதர் கூடத்தில் ஒடுக்கப்பட்ட இன மக்களின் நிலையின் மீதான கவனத்தை ஈர்க்க ஒரு பொதுக்கூட்டத்தை ஏற்பாடு செய்தார். இதனுடைய தெளிவான விளைவு 1924 ஜூலை இருபதில் ஒடுக்கப்பட்டோர் நலக்கழகம் என்று பொருள்படும் "பகிஷ்க்ரிட் ஹிடாகர்னி சபா" என்ற இயக்கம் ஏற்படுத்தப்பட்டதுதான். சர்.சிமன்லால் செடல்வத், அம்பேத்கர் இருவரும் முறையே நிருவாகக் குழுவின் தலைவரும் அவைத் தலைவருமாவர். இக்குழு புகழ்பெற்ற பி.ஆர். பரஞ்பே,

கே.எப். நாரிமன், பி.ஜி. கெர் போன்றவர்களையும் உள்ளடக்கியது. ஒடுக்கப்பட்டோர்களின் கல்வி, பொருளாதார நிலையை உயர்த்தலும் இவ்வகுப்பினரின் பெருந் துன்பங்களையும் வெளிப்படுத்தலே இக்கழகத்தின் குறுகிய கால இலக்காகும். கல்வியமைச்சராக இருந்த பரஞ்பே, சைடனம் கல்லூரியில் அப்போழ்து காலியாயிருந்த முதல்வர் பதவியை அம்பேத்கர் நிரப்பச் சொல்லிக் கேட்கப் பட்டிருக்கலாம். ஆனால் அவ்வாறு கேட்கப் பெறவில்லை. இருந்தபோழ்திலும் அவருக்கு அளிக்கப்பெற்ற எல்பின்ஸ்டன் கல்லூரியிப் பேராசிரியர் பதவியையும் கோலாப்பூர் அரசின் அமைச்சர் பதவியையும் அவருடைய பொதுநலத் தொண்டினையும் சமூகத் தொண்டினையும் தொடர வேண்டுமென்பதற்காக ஏற்றுக் கொள்ள மறுத்துவிட்டார்.

1927 ஏப்ரலில், 'பகிஸ்கரிக் பாரத்' என்ற இதழைத் தொடங்கினார். இந்த இதழ், ஒடுக்கப்பட்ட மக்களின் நலன்களுக்காகவும் குறைகளுக்காகக் குரல் கொடுக்கவும் குறிப்பாக நடக்கவிருக்கும் அரசியல் சட்டச் சீர்திருத்தங்கள் கண்ணோட்டத்திலும் தொடங்கப் பட்டது. அவர்களின் மக்கள் தொகைக்கேற்ப விகிதாச்சார பிரதிநிதித்துவம் பெற வேண்டுமென்பதே முக்கிய குறிக்கோள் ஆகும். கோயிலில் அனுமதி, தீண்டத்தகாதவர்களுக்குக் குடிநீர் வசதி, பள்ளிகள் போன்ற பொதுவிடங்களில் அனுமதி போன்ற மற்ற சமூகச் சீர்திருத்தங்களும் இவற்றுள் அடங்கும். உண்மையில் எஸ்.கே. போலோ இச்சமுதாயச் சீர்திருத்த நடவடிக்கைகளை எதிர்க்கும் எவர்க்கும் தண்டனையளிக்க வேண்டும் என்று பம்பாய் சட்டமன்றத்தில் ஒரு தீர்மானத்தையே கொண்டுவந்தார். தீண்டத்தகாதவர்களுக்குப் பொது இடங்களில் அனுமதி என்ற கருத்துக்களின் மீது பொதுமக்களின் கவனத்தை ஈர்த்திடுவதற்குக் கொலாபா மாவட்டத்திலுள்ள மகாத் என்ற இடத்தில் ஒரு குடியினரின் தீவிர எதிர்புக்கிடையே தீண்டத்தகாதோரைப் பொதுக் குளங்களைப் பயன்படுத்திட அழைப்பு விடுத்தார். கடைசியில் இவ்வாறு செய்வதைத் தீண்டத்தகாதோர் சமயோசிதத் திட்டமாகத் தவிர்த்தனர். 1926இல் ஒடுக்கப்பட்டோரின் தலைவர் என்ற வகையிலும் பொதுநிதியில் நுண்திறன் பெற்றவர் என்ற நிலையிலும் ராயல் குழுவின் முன்பு சான்றளித்தார். அடுத்த ஆண்டு டாக்டர் சோலங்கியுடன் அவரும் பம்பாய் மேலவைக்கு நியமிக்கப்பட்டார்.

ஒடுக்கப்பட்ட, தாழ்த்தப்பட்ட மக்களின் ஒட்டுமொத்த நிலையை உயர்த்தக் கல்வியே சிறந்த கருவியென அம்பேத்கர் அரசியல் சட்டத்தை உருவாக்குபவராகவும் லண்டனில் 1932-33இல் நடைபெறும் மூன்றாம் வட்டமேஜை மாநாட்டு உறுப்பினராகவும் தன் தொழிலை அம்பேத்கர் தொடர்ந்தார்.

1935 ஜூன் திங்கள் பம்பாயிலுள்ள அரசு சட்டக் கல்லூரியில் முதல்வராகவும் சட்டவியல் பேராசிரியராகவும் பொறுப்பேற்றுக் கொண்டார். ஆனாலும் சமூக, பொது வாழ்வில் குறிப்பாகச் சமூகத்தால் புறக்கணிக்கப்பட்ட மக்கள் நலன் தொடர்பானவற்றில் பங்காற்றுவதிலேயே தம் பணியைத் தொடர்ந்தார். நாசிக்கிலுள்ள யோலாவில் 1935 அக்டோபர் 13 இல் நடத்தப்பெற்ற ஒடுக்கப் பெற்ற வகுப்பினரின் மாநில மாநாட்டில் கலந்து கொண்டார். இம்மாநாட்டில்தான், “நான் இந்துவாகப் பிறந்தேன்; ஆனால், இந்துவாகவே இறக்கமாட்டேன்...” என்ற புகழ்பெற்ற தீர்மானத்தை அவருடைய தலைமையுரையில் அறிவித்தார். காந்திஜி தென்னாப்பிரிக்காவில் தனது தொடக்க வாழ்வின் போழ்து இந்து மதத்தைத் துறந்து கிருத்துவ அல்லது இஸ்லாமிய மதத்திற்குச் சென்று விடலாமா என்ற எண்ணம் அலைபாய்ந்ததையும், ஆனால் இந்து மதத்திலேயே இருக்கத் தீர்மானித்துவிட்டார் என்பதை எண்ணிப் பார்க்க ஆர்வத்தைத் தூண்டுவதாயுள்ளது. இருந்தபோழ்திலும் அம்பேத்கர் புத்த மதத்தைத் தழுவியதைக் காந்திஜி இந்துமதத்தை விட்டு ஓடிவிட்டதாகக் கருதியிருக்க மாட்டார். ஏனெனில் சைன மதமும் புத்த மதமும் இந்து மதத்தின் கிளைகளே என்று காந்திஜி கருதினார். அம்மாநாட்டிலிருந்த ஏராளமானோர் இவ்வெண்ணத்தை ஆதரித்தனர். ஆனால் இந்து மதத்தைத் துறந்த பிறகு எந்த மதத்தைத் தழுவப் போகிறார் என்று அப்போழ்ந்து குறிப்பிட மறுத்துவிட்டார் 1935 டிசம்பரில் லாகூரின் ஜாட்-பாட்--டோடக் மண்டலின் 1936இல் நடக்கவிருக்கும் அதன் ஆண்டு மாநாட்டிற்குத் தலைமை தாங்க அவர் அழைக்கப்பட்டார். அம்மாநாட்டிற்குத்தான் “சாதியின் நிர்மூலம்” என்ற புகழ்பெற்ற தலைமையுரையைத் தயாரித்திருந்தார். ஆனால் இவரின் மிகக் கடுமையான தீவிரவாதக் கொள்கையைக் கண்டு அஞ்சிய மாநாட்டு அமைப்பாளர்களின் காரணமாக அந்த உரை வாசிக்கப்படாமற் போனது. இந்து மதத்தைத் துறக்க வேண்டிய தேவையை ஆதரித்து 1936 ‘மே’யில் பம்பாய் மாநில மகர் மாநாட்டில் உரையாற்றினார்.

1935ஆம் ஆண்டு சட்டத்தின் கீழ் மாநில சட்டமன்றத் தேர்தல் நடத்தப்பட விருந்தபோழ்து, இதுவரை சடட்மன்றத்தின் நியமன உறுப்பினராகவேயிருந்த அம்பேத்கர் சட்டமன்றத்திற்குள் மக்களாட்சி முறையிலான தேர்தல் வழிமுறைகளின் வாயிலாக நுழைந்திட முடிவு செய்தார் தேர்தலில் போட்டியிடுவதற்காக ஒடுக்கப்பெற்ற சமுதாய நலன்களை வளர்க்க, உழைக்கும் பிரிவினரைப் பெரும்பான்மையாகப் பெற்ற சுயேட்சை உழைப்பாளர் கட்சி என்ற நிறுவனத்தைத் துவக்கினார். அவருடைய கட்சி

போட்டியிட்ட 17 தொகுதிகளில் 15 தொகுதிகளில் வெற்றியடைந்தது. இருந்தபோழ்திலும் காங்கிரஸ் ஆளும் கட்சியானது. பம்பாய் சட்டமன்றத்தில் அம்பேத்கர் எதிர்க்கட்சியில் அமர்ந்தார். கோத்திஸ், மகர்வாடன் சட்ட முன்வடிவை விலக்குதல் (1937 ஆகஸ்டு) என்பதைச் சட்டமன்றத்தில் புகுத்தியது இக்கட்சியினுடைய குறிக்கத்தக்க வெற்றி. அப்போழ்ந்து கொங்கன் பிரதேசத்தில் வழக்கத்திலிருந்த முதலாளித்துவ நிலஉரிமை உடன்படிக்கை முறையை விலக்குவதே இந்தச்சட்டமுன் வடிவின் நோக்கம் இந்திய விவசாய உறவில் அடிமைத்தனத்தை அடியோடு அழிக்கக்கூடியதாகப் பொருளுணர்த்தும் அடிப்படையான அவை முன்வைப்பாக (பிரேரணை) இது இருந்தது. இதைப் போன்ற ஒரு சட்டமியற்றல் இதுவே முதல் முறையாகும். உண்மையில் இது புரட்சிகரமானதல்ல. ஏனெனில் இதனால் தாங்கள் இழக்கும் உரிமைகளுக்கு இழப்பீடு பெற வழிவகுத்தது. அவர் புகுத்திய இன்னொரு சட்டம் மகர்வாடன் முறையை ஒழித்தலை உள்ளடக்கியது. ஆனால் இம்முறை அம்முயற்சிக்கு ஆதரவளிக்காமல் காலவரையரையில்லாமல் சட்டமியற்றுதலைத் தள்ளிவைத்தது. சட்டமன்ற அரங்கில் காங்கிரசின் இன்னொரு முயற்சியான தீண்டத் தகாத அலுவலர்களின் பெயர்களைக் காந்தியால் பெயர் சூட்டப் பெற்ற அரிசன் என்று அழைக்கவேண்டும் என்பதை எதிர்த்தது அவருடைய குறிப்பிடத்தக்க செயலாகும். தீண்டத்தகாதவர்களின் உண்மை நிலைகளை இந்த அழகுப்படுத்தும் சொல் எந்த மாற்றத் தையும் ஏற்படுத்தவில்லை என்பது அவர் கருத்து.

1942 ஜூலைத் திங்களில் பிரிட்டிஷ் இந்திய அரசாங்கம் இவரைக் கவர்னர் - ஜெனரலின் நிருவாக அவை உறுப்பினராகத் தெரிவு செய்து தொழிலாளர் துறையில் பொறுப்பைக் கொடுத்தது. அந்நேரத்தில் அவர் இப்பதவியை ஏற்றுக்கொண்டு ஜூலை 1946 வரையில் செயல்பட்டது தேசியவாதிகளால் காட்டிக் கொடுக்கும் வஞ்சகமான செயல் என்று பொருள் கொள்ளப்பட்டது. இது ஒரு நியாயமான கண்டனமாகத் தோன்றுகிறது என்ற போழ்திலும் ஒருவர் நாகரிகமற்ற முறையில் விரைவாகப் பொருள் கொள்ளுதல் கூடாது- அம்பேத்கரின் அரசியலமைப்பை முழுமையாக நோக்குதல் வேண்டும். உண்மையில் நிறைவுற்ற சமூகப் பொருளாதார சமத்துவம், சுதந்திரம் நீதியின்றி, தேசம், தேசவிடுதலை போன்ற எண்ணங்களில் பொருளில்லை என்பதையே இவ்வமைப்பு உணர்த்தியது. இருந்த போழ்திலும் வெள்ளையனே வெளியேறு என்ற இயக்கத்தின் வாயிலாக வாழ்வா சாவா என்ற பிரிட்டிஷ்சாருடன் போராட்டத்தில் ஈடுபட்டிருந்த காங்கிரஸ் மேற்கூறிய செயலக் காட்டிக் கொடுக்கும் செயல் என்று கருதுவதைத் தவிர வேறு வழியில். சமூக நீதி

பெறுதற்குத் தீண்டத்தகாதவர்களும் ஒடுக்கப்பட்டவர்களும் தங்கள் முயற்சிகளை மட்டுமே நம்பியிருத்தல் வேண்டும் என்ற தன் உறுதியான நிலையுடன் நாட்டுப்பற்றாளர்கள் அவர்கள் நலன்களை உயரிய நாடு என்ற பெயரில் அர்ப்பணித்து விடுவார்களென்ற காரணத்தினால் 1946 செப்டம்பரில் பிரிட்டிஷ் காலனி ஆதிக்கத்திற்குப் பிறகு தெளிவாக வரையறுக்கப்பெற்ற அரசியலமைப்புச் சட்ட பாதுகாப்புகளுடன் அவர்கள் நலனைப் பாதுகாக்க வேண்டியதன் தேவையை ஏகாதிபத்திய அரசின் மனத்தில் பதியவைக்க இங்கிலாந்து சென்றார் அம்பேத்கர். இச்சிக்கலைக் காபினெட் தூதுக் குழு சீரிய கவனத்துடன் அணுக வேண்டும் என்பதில் அவர் ஆர்வமுடையவராக இருந்தார்.

1946இல் அரசியலமைப்பு அவைத் தேர்தல்களினால் ஏற்பட்ட உடனடிப் பிரச்சினைகளில் முழுமையாக ஈடுபட வேண்டியிருந்த போதிலும், அவருடைய அறிவார்ந்த வாழ்க்கை தடைபடவில்லை. அந்தத் தீவிரமுனைப்பான அரசியலில் ஈடுபட்டிருந்த போழ்துதான் அவருடைய புலமையை வெளிப்படுத்தக் கூடிய நூல்களில் ஒன்றாக "சூத்திரர்கள் யார்" என்ற நூல் வெளிவந்தது. இந்நூலை, அம்பேத்கர், "அந்நிய ஆட்சியிலிருந்து விடுதலை பெறுவதைவிட, இந்திய சமூக மக்களாட்சி இன்றியமையாதது என்ற வேதவாக்கைக் கற்பித்தவரும், மேட்டுக் குடியினரிடம் கீழ்நிலையி லுள்ள இந்துக்கள் தங்கள் அடிமைத்தனத்தை உணருமாறு செய்த வருமான, 'நவீன இந்தியாவில் மிகப்பெரிய சூத்திரர்' என்று அம்பேத்கரால் வர்ணிக்கப்பட்ட மகாத்மா ஜோதிபா பூலேக்குக் காணிக்கையாக்கினார். அம்பேத்கரின் நடைமுறைத் தத்துவத்தின் உட்கருத்தை அடக்கியது இவ்வறிக்கையாகும். மூன்று குலம் அமைப்பு முறையில், தொடக்கத்தில் சூத்திரர்கள் சத்திரிய குலத்தைச் சார்ந்தவர்கள் என்றும், பிராமணர்களுக்கும் சத்திரியர்களுக்கும் ஏற்பட்ட மோதலின் விளைவாகப் பூணூல் அணியும் உரிமை அவர்களிடமிருந்து பறிக்கப்பட்டது என்றும் அதன் விளைவாக வைசியர்களுக்குக் கீழ் நான்காவது குலமாக சூத்திரர்கள் உருவாயினர் என்ற புதிய வரலாற்று அடிப்படைக் (ஆராய்ச்சிக்) கருத்தை இந் நூலில் முன்வைத்துள்ளார்.

நவம்பரில் அவர் வங்காளத்திலிருந்து அரசியலமைப்பு அவை உறுப்பினராகத் தேர்ந்தெடுக்கப்பட்டார்; தன் சொந்த மாநிலமான மகாராட்டிரத்திலிருந்ததன்று. சட்டமன்றத்தில் தன் முதலுரையிலேயே தேசிய ஒற்றுமையை அழுத்தந் திருத்தமாகவும் ஒன்றுபட்ட இந்தியாவை உறுதியாகவும் ஆதரித்துப் பேசியது, அம்பேத்கரை நாட்டுப் பற்றில்லாதவர் என்றும் தவறாகத் தொடர்ந்து எண்ணிக் கொண்டிருந்தவர்களின் கவனத்தை ஈர்ப்பதாகக் குறிக்கத்

தக்கதாகவிருந்தது 1947 ஆகஸ்டில் அவர் அரசியல் அமைப்பு அவையின் சட்டமியற்றும் குழுவில் உறுப்பினராக நியமிக்கப் பட்டபோது அக்குழு அவரை அவைத் தலைவராகத் தேர்ந்தெடுத்தது விவேகமானதாகும். நகல் சட்டம் தயாரித்துச் சட்டமன்றத்திற்கு அளிக்கும் பெரும் பொறுப்பையும் பிறகு, சட்ட உடன்பாடுகளுக்கு விளக்கமளிப்பதும் அவற்றை நியாயப்படுத்துவதும் இக்குழுவின் பணியாகும். இந்தியச் சட்டச் சிற்பி என்று எல்லோராலும் அம்பேத்கர் புகழப்பட்டார். காங்கிரஸ் அரசியலமைப்போடு தன்னை இணைத்துக் கொள்ளும் போக்கின் தொடக்கமே இதுவாகவிருந்தபோழ்திலும் அவர் இதில் தன்னை முற்றிலும் ஈடுபாட்டோடு இணைத்துக் கொள்ள முடியவில்லை. இவ்வமைப்போடு அம்பேத்கர் தன்னை ஈடுபடுத்திக் கொண்டது பாபா சாகேபின் பற்றாளர்களைத் திகைக்கச் செய்தாலும் இரண்டு கருத்துக்களை அவர்கள் மறந்துவிடுகிறார்கள். புதிய அமைப்புடன் ஏதேனும் ஒருவகையான செயல்பாட்டுறவு வைத்துக் கொள்ளாவிடில் தேசிய வாழ்க்கையிலிருந்து தான் தனிமைப்பட்டுவிடுவோம் என்ற சரியான கணிப்பு ஒன்று; இரண்டாவது அவ்வமைப்பின் ஓர் அங்கமாகத் தானிருந்தபோழ்திலும் அவ்வமைப்பின் முடிவுகளைத் திறனாய்வு செய்யும் உரிமையைக் கைவிடவில்லை. இம்முடிவு அவருக்கு மிகுந்த துன்பத்தை அளிக்கக் கூடியதாக இருந்தாலும் பிரிவிலிருந்து அவருடைய முடிவான விலகல் எதிர்ப்பார்க்கப்பட்டதே. முன்னேற்றக் கருத்துக்கள் கொண்ட தேசியத் தலைவர் என்பதாலும் மதச் சார்பற்றவர், மனிதநேயம் படைத்தவர், அறிவியல் கண்ணோட்டம் கொண்டவர் என்பதாலும் நேரு அவருக்கு ஏற்புடையவராக இருந்ததால் அவருடைய அமைச்சரவையில் சட்ட அமைச்சராக 1947 ஆகஸ்டில் சேர்ந்தார். ஆனால் விரைவில் நேரு அரசுடன் முழுமையான கருத்து வேறுபாடு கொண்டு செப்டம்பர் 1951ல் விலகிவிட்டார். அதற்கு உடனடியான காரணம் அவரால் கொண்டுவரப்பெற்ற இந்து நெறி சட்ட முன்வடிவின்பால் அரசின் கொள்கை என்றாலும் பட்டியலினப் பிரிவின் பாலும் அயல்நாட்டுத் தொடர்பின்பால் அரசு காட்டிய கண்ணோட்டத்தின் மீதும் அவர் பொதுவாகக் கொணட் மனநிறைவின்மையேயாகும்.

1952 மார்ச்சில் அவர் மேலவைக்குத் தேர்ந்தெடுக்கப்பட்டார். 1952 ஜூன் திங்கள் அவருடைய அன்னைப் பல்கலைக்கழகமான கொலம்பியா பல்கலைக்கழகம் எல்.எல்.டி. (மதிப்புறு) என்ற பட்டத்தை அளித்து மதிப்பளித்தது. இந்திய அரசியல் சட்ட அமைப்பை ஏற்படுத்தியதில் அவருடைய பங்களிப்பிற்காக அவருக்கு அளிக்கும் பட்டம் என்ற சிறப்புக் குறிப்பில் பல்கலைக்கழகம் குறிப்பிட்டுள்ளது. இந்தியாவின் முன்னணி குடிமக்களில் ஒருவர் என்றும் ஒரு சிறந்த

சமூகச் சீர்திருத்தவாதி என்றும் மனித உரிமைகளை உறுதியாக நிலைநிறுத்துபவர் என்றும் அப்பல்கலைக்கழகம் அவரைப் புகழ்ந்தது. மூதறிஞர்களான கனடாவின் அப்போதைய வெளியுறவுத் துறைச் செயலரான லெஸ்டர் பி.பியர்சன், எல்லோரும் அறிந்த பிரஞ்சு இலக்கிய வரலாற்று வல்லுநரான டானியல் மானெட் மற்றும் சிறப்புமிகு எட்டு அமெரிக்கர்களையும் இவருடன் ஒரே நேரத்தில் அப்பல்கலைக்கழகம் மதிப்பளித்தமையால் அவருக்கு மிகச் சிறந்த தோழமை கிடைத்தது.

நீண்ட நாட்களாகப் புத்த மதத்தைத் தழுவ வேண்டும் என்ற அம்பேத்கரின் உந்துதல் உறுதிப்படத் தொடங்கியது. பல புத்தபிக்குகளின் கூட்டங்களில் தன்னைத் தொடர்புபடுத்திக் கொண்டார். 1949இல் காட்மாண்டில் உலகப் புத்த மாநாட்டில் கலந்துகொண்டு புத்த மதம் மார்க்சிசம் இரண்டின் நிறைகளையும் குறைகளையும் ஒப்பிட்டு, முதலில் கூறிய மதத்தின் மேன்மையை அறிவித்து, அவர் சிந்தனையைத் தூண்டும் உரையாற்றினார். மீண்டும் 1950இல் உலகப் புத்த மாநாட்டிற்குச் சென்றார். 1951 ஜூலையில் பாரதீய புத்த ஜனசங்கை அமைத்து அதே ஆண்டு செப்டம்பரில் புத்தமத இறைவணக்க நூலான 'புத்த உபாசன பந்தா' என்ற நூலை வெளியிட்டார். 1954இல் ரங்கூனில் நடந்த உலகப் புத்த மாநாட்டிற்கு அவர் இந்தியப் பிரதிநிதியாகச் சென்றார். 1955 மேயில் பாரதீய புத்தப் பேரவையை அமைத்தார். 1956 அக்டோபர் 14இல் நாகபுரியில் அவர் இந்து மதத்தைத் துறந்து புத்த மதத்தில் முறைப்படியாகச் சேர்ந்தார். 1956 நவம்பரில் காட்மாண்டுவில் நடந்த உலகப் புத்த மாநாட்டில் ஒரு பிரதிநிதியாகக் கலந்து கொண்டார். அங்கு அவர் நவீன புத்தர் என்று புகழப்பட்டார்.

அம்பேத்கருடைய இறுதி நாட்கள் அவ்வளவு மகிழ்ச்சி நிறைந்ததாக இல்லை. சீர்கேடடைந்து வந்த உடல்நிலை அவர் நடத்திவந்த நிறுவனங்களின் பொருளாதாரச் சீர்கேடு ஆகிய இரு துன்பங்கள் அவரைப் பின்தொடர்ந்தன. 1955 மேயிலிருந்து அவருடைய உடல்நிலை சீர்குலையத் தொடங்கியது. முதலில் அவர் பற்களைப் பிடுங்கிக்கொள்ள நேரிட்டது. பிறகு பிறர் உதவியின்றிச் சிறு அசைவைக்கூட தானாகச் செய்யமுடியாத நிலையை அடைந்தார். அவர் சுவாச உறுப்புகள் கேடடைந்த நிலையில் பிராணவாயுக் கூடு எப்போழ்தும் அருகில் வைக்க நேரிட்டது. சிலபோழ்து பிராண வாயுவும் கொடுக்கப்பட்டது. இருந்தபோதிலும் அவருடைய பற்றாளர்கள் அச்சமடைவார்கள் என்ற காரணத்தால் அவர் உடல்நலக்கேடு குறித்த எந்தச் செய்தியும் வெளியிடப்படவில்லை. விரைவில் வாரத்திற்கு இரண்டு முறை

பிராணவாயு கொடுக்கப்பட்டது. குளிர் காலத்தில் செயற்கை முறையில் உடலுக்கு வெப்பம், கதகதப்பு அளிக்கப்பட்டது. எப்போதாவது ஒரமுறை மின்குளியலும் நாடப்பட்டது. இவ்வெல்லா விபரமும் அவருடைய மனைவிக்கும், அவருடைய மருத்துவரான டாக்டர் மாவ்லங்கருக்கு மட்டுமே தெரியும். குளிர்காலத்தில் சிறிது மதுவும் வெய்யில் காலத்தில் பீரும் அவருடைய எதிர்ப்புக்கிடையே மருத்துவ ஆலோசனையின்படி அவருக்குக் கொடுக்கப்பட்டன. உணவருந்துவதில் சிக்கல் ஏற்பட்டது. எடையையும் வெகு விரைவில் இழக்கத் தொடங்கினார். அவருடைய ஆடைகளை மாற்றித் தைக்குமளவிற்கு அவருடைய பருமன் குறைந்து விட்டது. அவருக்கு வேறு இன்னல்களும் ஏற்பட்டன. அவரின் முந்தைய தோழர்களும் அவரிடம் மிக பக்தியுள்ள செயலாளரான சைத்ரே உள்ளிட்ட விசுவாசம் நிறைந்த அவரது பற்றாளர்கள் பலர் அவரிடமிருந்து பிரிய நேரிட்டது. அவர் நடத்திய கல்வி, பிற நிறுவனங்கள் பொருளாதாரச் சிக்கலுக்குட்பட்டன. தன்னுடைய சமூகத்தைத் தாங்கிட நேருவிடமும் உதவியை நாடினார். அமெரிக்காவிலிருந்து நிதிபெற முயற்சி செய்தார். இரண்டு முயற்சியிலுமே குறிப்பாக அமெரிக்காவிலிருந்து நிதியுதவி பெறுவதில் அவர் அவ்வளவாக வெற்றியடையவில்லை. 1955 ஆகஸ்டில் அவருடைய அறிவுரையின்படி தாழ்த்தப்பட்டோர் ஐக்கிய அவ இனிமேல் "ஒதுக்கி வைத்தல்" தேவையில்லை என்று உணரக்கூடிய காரணத்தினால் மத்திய, மாநில சட்டமன்றங்கள் மாவட்ட உள்ளாட்சி அமைப்புகளிலும் தாழ்த்தப்பட்டோருக்கு ஒதுக்கிவைத்தலை விலக்குவதென்று பரிந்துரைப்பதெனத் தீர்மானமியற்றப்பட்டது. அரசியல் சட்டங்களுக்கு அடிக்கடி கொண்டுவரும் சட்டச் சீர்திருத்தங்கள் நெறிமுறை அமைப்பு உறுதிப்பாட்டைக் குலைக்கும் என்பதால் அவர் அதை ஏற்றுக் கொள்ளவில்லை என்பது அவர் சிறந்த சமூகச் சீர்திருத்தவாதி என்பதை உணர்த்துகிறது. மிதவாத ஜனநாயகத்தின் நெறிமுறைகளை அவர் குறிக்கிறார். 1956இல் அவர் புத்த மதத்தைத் தழுவுமுன் புத்த மதக் கொள்கைகளைத் தொடர்ந்து அவர் புரிந்துகொண்டவாறு அவை பொதுவுடைமை, மார்க்கிசயம் ஆகியவற்றிற்குச் சிறந்த விடை என்று விளக்கி வந்தார். மார்க்கிசக் குறிக்கோள்களை அவர் ஏற்றுக் கொண்ட கத்தியின்றி இரத்தமின்றி ஒரு புரட்சியின் வழியான காந்தீய வழியில் கொண்டுவர முடியுமென்று புத்தமதத்தைப் பரப்பினார் என்பது சிந்தனைக்குரியது. உண்மையில் புத்தமதப் பொதுவுடைமையைக் கூட அவர் குறிப்பிட்டார்.

உடல்நலக் கேட்டிற்கிடையே அவர் 'புத்தரும் அவர் தர்மமும்' என்ற சிறந்த நூலை வெளியிட்டார். அறிவு வளமிக்க அவருடைய

மூளையிலிருந்து கொட்டப்பட்டவை இத்தகைய சிறந்த நூல்கள் மட்டுமல்ல; இந்தியக் குடியரசை உறுதிப்படுத்தும் திட்டங்களும் செயல்முறைகளும்கூட இந்தியக் குடியரசு அமைப்பைப் பலப்படுத்த, 'குடியரசு கட்சி' என்ற புதிய அரசியல் கட்சியைத் தொடங்கத் திட்டமிட்டார். அரசியல் பணியில் ஈடுபட எண்ணுவோர்க்கு ஒரு பயிற்சிப் பள்ளியைத் துவக்கும் ஒரு புதுமையான திட்டமும் கூட அவரிடமிருந்தது. ஆனால் அந்நேரத்தில் அவர் உடல்நிலை மிகவும் கேடடைந்து கொண்டிருந்தது. டிசம்பர் 6ஆம் நாள் அதிகாலையில் 6.30 மணிக்கு அவருடைய மனைவி சவீதா அம்பேத்கர் அவரை எழுப்ப வந்தார். ஆனால் அம்மாபெரும் மனிதர் இறந்துவிட்டதையறிந்து மிகக் கொடுமையான அந்த உண்மையை உணர்ந்து தன்னைத் தேற்றிக் கொள்ள நேரிட்டது. இவ்வாறாக ஒரு மாபெரும் மனிதனின் வாழ்க்கை முடிவிற்கு வந்தது. மாபெரும் வரலாறு மாமேதைகள் இறப்பிற்குப் பின்பும் வாழ்கிறார்கள். சில போழ்து தங்கள் ஆய்வுக் கருத்துக்களின் வழியாகவும், நாட்டின் சமூக, அரசியல், பண்பாட்டின் மீது தாங்கள் உயிருடனிருந்தபோழ்து ஏற்படுத்திய தாக்கத்தின் வாயிலாகவும் மேலும் வீறுடன் வாழ்கிறார்கள். அவர் காட்டிய மேன்மையான வழியில் வீறு நடைபோடுவதும் அவருடைய கனவை நனவாக்குவதும் அவருடைய சிந்தனைகள் வாழ்க்கை முறைகள் ஆகியவற்றின் உணர்வுகளையும் சாரங்களையும் தன்னகத்தே கொள்ளல், அவருடைய எண்ணங்களைச் சரியாகப் புரிந்து கொள்ளல், ஆகியவையே அவருக்குக் காணிக்கையாகும். பாபாசாகிப் ஒரு புத்த மதத்தினராதலால் ஆன்மாவிலோ அல்லது இறப்பிற்குப் பின் வாழ்வு என்பதிலோ நம்பிக்கையில்லை. ஆனால் அவருடைய புத்த மதம், அவர் உடல் அழிந்த பின்னால் அவருடைய வாழ்வும் வரலாறு போற்றும் பங்களிப்பும் மாறுதல்களை ஏற்படுத்தக் கூடிய உயிரோட்டமுள்ள சக்தியாகத் தொடரும் வாய்ப்புக்களை மறுக்கவில்லை. அவருடைய கருத்துக்களை மாறும் உலகத்திற்கேற்ற கற்பனைத் திறனுடன் பயன்படுத்தி இடர்பாடுகளைக் களைந்து முன்னேறுதலே அவரை உணர்ந்து கொள்ளல் ஆகும். இயந்திர கதியில் அவரைப் பின்பற்றுதலும் அவருடைய ஆற்றல்மிகுந்த கருத்துக்களைப் பதப்படுத்தும் செயலும் அவருடைய நினைவுக்கு இழைக்கும் துரோகமாகும். ஆனால் அவருடைய வாழ்வையும் கருத்துக்களையும் இடர்ப்பாடான நிலைகளை எதிர்கொள்ளும் திறன் அகத்தூண்டல் ஆகியவற்றின் அடிப்படையாக எதிர்நோக்கலே அவர் விரும்பியிருக்கக் கூடிய காணிக்கையாகும்.

2. சமூகக் கொள்கை

அம்பேத்கரின் சமூகம் அல்லது சமூகவியல் கொள்கையை இரண்டு நிலைகளில் ஆராயலாம். ஒன்று பொதுவான கொள்கை; மற்றது வரலாற்று அடிப்படையிலமைந்ததோர் தெளிவான கொள்கை. அம்பேத்கர் முதல்நிலை குறித்து வெளிப்படையாகக் கூறாவிடினும் இந்து சமூகத்தின் சமுதாய ஆய்வில் அடங்கியுள்ள பொதுக் கொள்கைகளைப் புறக்கணிப்பதில்லை. ஒட்டு மொத்தமாக மேலைநாட்டு நெகிழ்ந்த வழக்காக வளர்ந்த சமுதாயக் கொள்கையை அவர் ஏற்கிறார். ஆனாலும் அதை உணர்ச்சியற்ற இயந்திர கதியில் ஏற்கவில்லை. அவர் சமூகத்தைச் சமத்துவம், சுதந்திரம், குலம் இவற்றில் நடுநிலைப்படுத்தப் பெற்ற ஒருங்கிணைந்தக் கொள்கையாக, பலவகையான மூலக்கூறுகள் இணைக்கப்பட்ட முழுமையான சுமுகமான கொள்கை அளவில் முழுமைத் தன்மை உடையதாகக்கருதினார். சமூகம் அனுமதிக்கப்பட்ட நபர்களினால் நிறைந்ததாக மட்டுமல்லாது சாதியினாலும் வகுப்பு வாதங்களாலும் பல குழுக்களிலுமான வரலாற்று மனிதர்களைக் கொண்டதாகக் கருதினார். அம்பேத்கர் சமூகத்தை அசைவுகளற்ற நிலைப்படுத்தப்பட்டதாகக் கருதவில்லை. மாறாக வளர்கின்ற மாறுகின்ற முறையாக அவர் கணித்தார். இருப்பினும் இந்த மாற்றம் குறிப்பாக உள்ளளவில் நடந்ததே. அம்பேத்கர் பழமையிலிருந்து நவீன மேற்கத்திய முறையான சமூக நிலைக்கு உண்டாகும் மாற்றத்தை உள்ளளவில் நடப்பதாக ஏற்கிறார். அவர் சமூகச் சலசலப்பு, ஒற்றுமையின்மை மற்றும் நிலைகுலைவு ஆகியவை சமத்துவமின்மையிலும், சுதந்திரமில்லாமையாலும் உள்ளடங்கி உள்ளது என்று நம்பினார். ஒரு சமூகத்தின் மதிப்பையும் பயன்பாட்டுத் தன்மையையும், அதன் உள்கட்டமைப்பில் நிலைத் தன்மை, ஒழுங்கு, இவற்றிற்கு ஒரு பக்கமும்; எளிதில் மாறுபடும் தன்மையும் வளர்ச்சிக்கு வழிவகுப்பதும் வேறானதாகக் கணித்தார். இறுதியாகப் பத்தொன்பதாம் நூற்றாண்டின் மேலைநாட்டு சமூகக் கொள்கை விரிவுரையாளர்களான ஜான் ஸ்டூவர்ட்மில், ஹெர்பர்ட் ஸ்பென்சர் போன்றவர்களின் கருத்துக்களுக்கும் இந்தியச் சமூகக் கொள்கைகளுக்கும் ஒப்புமை, உறவுமுறை உள்ளதாக இவர் கண்டார். அம்பேத்கரின் சமூகவியல் கொள்கையில் ஒரு வியப்பான புரியாதத் தன்மை என்னவெனில் சமூக, சமூகவியல் மாற்றங்களை வரவேற்கும் இணக்கம் பெற்ற ஒரு சிந்தனையாளரான இவர் பொதுவாகக் கட்டமைப்புடன் கூடிய வழக்கில் ஏற்கக் கூடிய அமைப்புடனான இந்த மாற்றத்தைக் கொள்கை அளவிலாவது ஏற்றிருக்க வேண்டும். மாற்றம் என்பது ஏற்பட வேண்டிய ஒன்று என்று தேவையில்லாமல் உண்மையின் ஒரு கூறாக அமைகின்ற மாற்றத்தை ஏற்றுக்

கொண்டிருந்தால் அவரது மற்ற பொதுக் கொள்கைகளுக்கு ஏற்புடையதாக இருந்திருக்கும். இருப்பினும் அவருடைய பொதுவான சமூக முக்கியத்துவக் கருத்துக்கள் எதுவாயினும் அவர் முரண்பாடு மற்றும் மாற்றங்களை வலியுறுத்துகிறார். அவரது ஒட்டுமொத்தமான சமூகவியல் ஆய்வு குறித்து நாம் காண்போம்.

தலைசிறந்த சிந்தனையாளரும் சமூகம் பற்றிய ஆய்வினைத் தொடர்ந்தவருமான இவர் நடைமுறையில் மிகவும் வேண்டியவற்றில் மட்டுமே ஈடுபாட்டினைக் காட்டியுள்ளார். தான் பிறந்த இந்து சமயத்தின் இந்து சமூகத்தின் அமைப்பையும் அதன் உட்கூறுகளைப் பற்றி மட்டுமே ஆய்வு செய்கிறார். இந்த ஆய்வில் அம்பேத்கர் தன் ஆழ்ந்த வரலாற்று அறிவை வெளிப்படுத்தியதுடன் வரலாற்று நிலையிலுள்ள பிரச்சினைகளில் தான் புரிந்துகொண்ட தன்மையையும் அவற்றின் வரலாற்று வளர்ச்சியிலும் மாற்றத்திலும் வெளிப்படும் உண்மை நிலைகளை விவரிக்கின்றார். சிறப்பாகக் கூறுவோமாயின் வரலாற்றை, சமூக உண்மைகளைத் தன்னுள் அடக்கிய ஒரு முறையாகக் கருதினார். வெளியிலிருந்து சமுதாயத்தின் மேல் புகுத்தப்பட்டதாக அல்ல.

ஆகவே, இந்து சமூகத்தின் தோற்றம் வளர்ச்சி பற்றிய ஆய்வை அதன் முக்கிய அமைப்புகள், நிறுவனங்கள் இவற்றின் வாயிலாக முழுமையான வரலாற்று ஆராய்ச்சியில் அவர் இறங்கியுள்ளார். மிகத் தெளிவாகவே, இந்து சமுதாயத்தின் தனித்தன்மையை விளக்கிக் கூறுவதில் அழுத்தம் கொடுக்கிறார். இந்து சமுதாய அமைப்பில் தானும் அனுபவம் வாய்ந்த ஓர் உறுப்பினர் என்ற உணர்வும் ஏட்டளவில் கண்டதும் இதற்குக் காரணம். இந்து சமுதாய அமைப்பின் அடித்தளமான இதயபீடமாக அமைந்த முக்கிய நிறுவன அமைப்புகளில் தொடக்க முதலே சாதியைப் பற்றிய ரகசியங்களை வெளிக்கொணர்ந்தது இத்தகைய ஏட்டளவான ஈடுபாட்டிற்கும் சொந்த நிர்ப்பந்தங்களுக்கும் காரணம். "இந்தியாவில் சாதிகள் - அவற்றின் தோற்றம் வளர்ச்சி கையாளும் தந்திரங்கள்" என்ற தலைப்பில் தான் எழுதிய முதன்முதல் அறிவியலடிப்படையான ஆய்வுக் கட்டுரையில் இந்தச் சிக்கலை விவரிக்கின்றார். இவ்வாய்வுக் கட்டுரை 1916 மே ஒன்பதாம் நாள் அமெரிக்காவின் நியூயார்க் நகரிலுள்ள கொலம்பியா பல்கலைக்கழகத்தில் டாக்டர் ஏ. ஏ. கோல்டன் வைசர் என்பவர் விலங்கு வாழ்க்கையில் வளர்ச்சி பற்றி நடத்திய கருத்தரங்கில் அளிக்கப்பெற்றது. நன்கு ஆராயப் பெற்ற, கடுமையாக விவாதிக்கப் பெற்ற முழுவதும் கட்டமைக்கப்பட்ட இந்த ஆய்வுக் கட்டுரையை அளித்த நாளில் இவருக்கு வயது இருபத்தைந்து. இக்கட்டுரை 1917 மே திங்கள் "இந்தியாவின் பழமை" என்ற மதிப்புமிக்க இதழில் வெளிவந்தது. இந்த ஆய்வைப் பற்றிய

சிறப்புக் கூறுகளைப் பற்றி எழுத இது இடமன்று. எனினும், அதில் அடங்கிய பொதுவான மாறுதல்களை நாம் எளிதில் கண்டறியலாம். அம்பேத்கர் தொடக்கத்தில் ஒரு புதிரை முன்வைக்கின்றார். அதாவது முதன்முதலில் இந்து நாகரிகம் தனித்தன்மையுடன் இருந்தாலும் சாதிகள் என்ற அமைப்பை உருவாக்க ஏதுவாயிற்று. எந்த நிலையிலும் ஒன்றாக இருக்க வேண்டிய கொள்கை சிறப்பாக வெளிப்பட்டு வந்தது. இது எப்படி ஏற்பட்டது? அவர் முதலில் விவாதிப்பது, "பிளவுகள் தனித்தன்மையில் எவ்வாறு புகுத்தப்பட்டன என்பது குறித்தே. அதாவது இதன் பொருள் சாதிகளின் தோற்றம் பற்றி"[1] ... மேலும், முதலில் குலங்கள் என்று மட்டும் இருந்த பிரிவுகள் இப்போழ்து சாதிப் பிரிவுகளாக மாறியது குறித்துக் கூறுகிறார். "இவ்வாறாக ஒரு சாதி ஒரு குலத்தைத் தன்னிடம் அடக்கியுள்ளது."[2] முதல் குலம் இந்த விரிவுபடுத்தும் மனப்பான்மையுடன் அமைந்தது. மூன்று குலங்களில்/ பிரிவுகளில் உயர்ந்ததான பிராமணர்களை அடக்கியதாக அமைகிறது. இந்த முன் மாதிரியைத் தொடர்ந்து மற்ற பிரிவுகளும் புதிய தாழ்ந்த சாதிகளைத் தோற்றுவித்து விட்டன. அம்பேத்கர் இங்கு இரண்டு வினாக்களை எழுப்பி அவற்றிற்கு விடையும் அளித்துள்ளார். ஏன் பிராமணர்கள் தங்களை ஒரு சாதியாகக் கட்டமைப்பில் கொள்ள வேண்டும். இவ்வாறு குலத் திட்டமாக இருந்த அமைப்பு சாதிப் பிரிவுகளாக மாறியதன் விளைவுகள் என்ன? இந்த இரண்டு வினாக்களில் முதல் வினாவிற்கு விடை பிராமணர்கள் தங்களின் அறிவுத் திறமை கொள்கையைச் சார்ந்த ஆற்றலைப் பாதுகாத்துக் கொள்ளவே இத்தகைய தனிச்சாதிக் குழுவை அமைத்துக் கொள்ள விரும்பினார்கள். இரண்டாவது வினாவிற்கான அவரது விடை சாதிப் பிரிவுகளின் தோற்றம், "தேவைக்கு அதிகமான மனிதர்"களையும் "தேவைக்கதிகமான பெண்களை"யும் பற்றிய சிக்கல்களே 'சதி' என்ற உடன்கட்டை ஏறும் திட்டம் புகுத்தப்பட்ட விதவை வாழ்க்கை, மனைவியை இழந்தவனின் கற்பு நெறியை வலியுறுத்தல், மனைவியை இழந்தவர் கன்னியரை மறுமணம் செய்தல் இவற்றில் இந்த விடை அடங்கியது.[3]

வரலாற்றில் இந்து சமூகத்திற்கு ஏற்பட்ட காக்கவியலாத வீழ்ச்சிக்குச் சாதிகளே காரணம் எனக் கூறப் புகுந்த அம்பேத்கர் மிக்க வலிவுடைய சீர்குலைக்கும் நோக்குடன் கூடிய சாடுதலில் இறங்கு கிறார். "சாதியை அடியோடு ஒழித்தல்" என்ற நூலில் இவ்வாறு சாடுகிறார். இக்கட்டுரை 1936இல் லாகூரில் நடைபெற்ற ஜாட்-பாட்-தோடக் சமூக மாநாட்டின் தலைமை உரைக்காக எழுதப்பெற்றது. இந்த மாநாட்டின் அமைப்பாளர்கள் இந்துத்துவம் பற்றிய இவரது கருத்துக்களை ஏற்க விரும்பாமையினால் இத்தலைமை உரையை

அவர் படிக்க வியலாமற் போயிற்று. ஒரு கடிதத்தில் மாநாட்டு அமைப்பாளருக்கு அவர் எழுதியது வருமாறு: "சாதியைப் பற்றிய கருத்துக்களை அழிக்கவும் சாதியை ஒழிக்கவும் இணைந்த சமபந்தி விருந்துகளோ கலப்புத் திருமணங்களோ போதுமானதன்று மாறாகச் சமயத்தின் அடித்தளத்தையே தகர்ப்பதுதான் சரியான வழி"[4]... என்று சுருக்கமாவும் ஆழமாகவும் இந்திய தேசியப் போராட்டத்தின் தொடக்க நிலையைக் கூறி, அது சமூக அரசியல் மறுமலர்ச்சியுடன் இணைந்ததும் இந்த இரண்டு இயக்கங்களின் நடுவில் ஒரு இணக்கம் ஏற்பட திலகரின் வெறிகொண்ட இந்து சமயக் கொள்கை எதிர்ப்புப் போராட்டம் உதவியது என்றும் கூறுகிறார். டபுள்யூ.சி.பானர்ஜி அவர்கள் இந்திய தேசிய காங்கிரசில் எட்டாவது மாநாட்டில் தலைமையுரையில் உள்ள சொற்களை அம்பேத்கர் மேற்கோளாகக் காட்டுகிறார். "நாம் சமூகவியலில் மறுமலர்ச்சி அடையாதவரையில் அரசியல் மறுமலர்ச்சிக்குத் தயாராக முடியாது என்று கூறுவதை நாம் ஏற்க விரும்பவில்லை. இரண்டிற்கும் எவ்வித இணைப்பும் எனக்குத் தோன்றவில்லை. நம் நாட்டு விதவைகள் மறுமணம் செய்து கொள்ளாததாலோ கன்னிப் பெண்கள் வேறுநாட்டரைவிட இளவயதில் மணம் செய்து கொள்ளாததாலோ கன்னிப் பெண்கள் வேறுநாட்டரைவிட இளவயதில் மணம் செய்து கொள்வதினாலோ அரசியல் மாற்றங்களைக் கொணர்வதற்கு நாம் தகுதியற்றவர்களா"[5], அம்பேத்கர் இதற்கு மாறுபட்ட கருத்துடையவர். புதிய சமுதாயம் அமைப்பது என்ற இலக்குக்குக் குறிப்பிட்ட சமூக அமைப்பும் குறிப்பிட்ட அரசியல் அமைப்பும் இரண்டறக் கலக்க வேண்டுவது தேவையாகும். காங்கிரஸ்சுக்கு அவர் விடட சவாலாவது, "உங்களில் உங்கள் தேசத்தில் உள்ள ஒரு சாராரைத் தீண்டத்தகாதவர் என்று அழைதது, அவர்களைப் பொதுப் பள்ளிகளில் கல்விகற்க அனுமதியாத நிலையில், அரசு ஏற்று நடத்த உங்களை நீங்கள் தகுதியுடையவராக எவ்வாறு கருதவியலும்?"[6]. திலகரின் கடுந்தாக்குதலுக்கு முந்தய சமுதாய மறுமலர்ச்சிச் சிந்தனையாளர்கள் மேற்போக்காக உரையாற்றிவிட்டு மிக்க இன்றியமையாததும் இந்து சமுதாயத்தைப் புற்றுநோயாக அரித்துவருவதுமான தீண்டாமையின் கொடுமைகள் பற்றிப் பேசவேயில்லை. இந்து மறுமலர்ச்சியாளர்கள் குடும்பம், திருமணம் போன்றவற்றில் சில மாற்றங்களைக் புகுத்துவதோடு தங்களது ஈடுபாட்டினை நிறுத்திக் கொண்டனர். ஆனால் அடித்தளத்தை மாற்ற விரும்பவில்லை. "அரசியல் புரட்சிகளுக்கு முன்பாகச் சமூகப் புரட்சிகள் நிகழ்ந்ததாக வரலாறு காட்டுகிறது"[7] என்கிறார் அம்பேத்கர். வரலாற்றில் சந்தரகுப்தப் பேரரசர் காலத்தில் அரசியல் புரட்சிகளில் பல காட்டுகளை மேற்கோளாகக் காட்டி

அவை, பௌத்த சமயம் தோன்றிய சமூகமறுமலர்ச்சியின் பிறகே தோன்றியதாக விளக்குகிறார். அவர் அரசியல் புரட்சிக்கு மட்டுமன்று பொருளாதார புரட்சிக்கும் சமுதாய மாற்றங்கள் முன்னதாக நடைபெற வேண்டும் என்று மார்க்சிசதத்திற்கு எதிராகச் சுட்டுகிறார்.

அம்பேத்கர் சாதிமுறையை ஆதரிப்போரின் அடிப்படைக் காரணங்களைக் கணக்கில் கொண்டு முறையாக அவர்களின் வாதங்களுக்கு எதிர்வாதம் செய்கிறார். முதன் முதலாக சாதிமுறை உடல் உழைப்புத் தேவையினடிப்படையில் அமைந்த பிரிவு என்பதாகிறது. இது உழைக்கும் பகுதியினரைப் பிரிப்பதற்காகக் காட்டுகிறது என்கிறார். அதற்கும் மேலாக உழைக்கும் மக்களைப் பிரித்தாளும் சூழ்ச்சி என்கிறார். இயற்கையாக மக்களிடம் உள்ள திறமை விருப்பம் இவற்றின் மாறுபாடுகளால் தோன்றும் இயற்கையான நடைமுறை வேறுபாடுகள் தேவைப்பட்டன. எனினும், "சாதிமுறை உண்மையில் இக்கொள்கையை மீறுவதுடன் அந்தந்த மனிதருக்கு முன்னேற்பாடாக வேலைகளை அவர்களின் தனித்தன்மை மிக்கத் திறமை அடிப்படை யில்லாமல் ஒதுக்குவதுடன் அவர்களின் பெற்றோரின் சமூக மதிப்பைக் கணக்கில் கொண்டு தரப்படுவதற்கு ஒரு முயற்சியாகும்."[8] இதற்கும் மேலாக இம்முறையில் நாளடைவில் மாற்றங்களைப் புகுத்தாமல் நிலையான ஒரு அமைப்பைக் கொண்டுள்ள குறையும் உள்ளது. ஏனெனில் சமுதாயத்தில் தொழில் முறை மாற்றங்களை இது தடுக்கிறது. அம்பேத்கர் கூற்றின்படி, "தலைமுறை தலைமுறையாக உள்ள தொழிலில் ஈடுபடாமல் வேறு தொழிலில் ஈடுபட இந்துக்களுக்கு இச்சாதி முறை இடம் தராது."[9] ஆகவே, "பொருளாதார அமைப்பில் சாதிகள் கேடான விளைவுகளைத் தருபவை என்று வலியுறுத்திக் கூறுகிறார்."[10] "இரண்டாவது காரணம் உடற்கூறு தொடர்புடையது. சாதி முறையில் கொள்கையே ரத்தத்தின் தூய்மைத் தன்மையையும் குலத்தின் தூய்மையையும் பாதுகாக்கவே கொணரப்பட்டது" என்பது. இதற்கு எதிராக அம்பேத்கர் உடற்கூறு வல்லுநர்களை மேற்கோள் காட்டி, குலத்தின் தூய்மை என்பது ஒரு புரளி என்கிறார். டி.ஆர். பண்டர்க்காரின் கூற்றை மேற்கோள் காட்டி இந்திய மக்கள் தொகை ஒரு முறையற்ற குலக் கூட்டம் என்கிறார். "இந்தியாவில் வேறுபாடான இனமக்கள் வந்து குடியேறி இங்கு வாழத் தொடங்கிய பின்னர்தான் சாதிப் பிரிவுகள் தோன்றியுள்ளன."[12] "சாதி முறை என்பது ஒரு இனத்தைச் சார்ந்த மக்களின் சமூகப் பிரிவினையே என்று கூறுகிறார்."[13] இவ்வாறு வெவ்வேறு இனங்கள் இணைவதால் என்ன தீமை உண்டாகும் என்று வினவுகிறார். "சிலேடையாகவும் எள்ளலாகவும் இன்றைய முற்போக்கு விஞ்ஞானிகளுக்குக்கூட இல்லாத வம்சாவளி அறிவை

நம் முன்னோர்களுக்கு உள்ளதாகக் கூறுவது சரியன்று என்கிறார்.
"[14] தவிரவும், இனவழி முயற்சிகள் உண்மையாயினும் குறைந்த அளவில் நற்பயன்களை நல்கியுள்ளன. இந்துக்கள் உடற்கூறு வழி வலுவற்றவர்கள், பத்தில் ஒன்பது பேர் இராணுவப் பணிக்குத் தகுதியுடையரல்லர் என்று கண்டுள்ளனர். ஆகவே, ஒட்டுமொத்தமாக அம்பேத்கர் முடிவுகளின்படி, சாதிமுறை பொருளாதாரத் திறமையை வளர்க்கவில்லை. சாதிமுறை இன வளர்ச்சிக்குப் பயன்படவில்லை. ஆனால் சாதிகள் ஒன்றைச் செய்துள்ளன. அதாவது இந்துக்களைப் பிரித்துவிட்டு உணர்வுவயமான விரிவு மனப்பான்மையை உண்டாக்கி யுள்ளன."[15]

அம்பேத்கர் இந்து சமூகம் என்பது ஒரு கட்டுக்கதை என்கிறார். இந்து என்ற சொல் வெளிநாட்டிலிருந்து பெறப்பட்டது. அதாவது முகமதியர் வெற்றிகொண்ட மக்களுக்குக் கொடுத்த பெயர் என்று சுட்டிக் காட்டுகிறார். முகமதியர்கள் இந்தியாவுக்கு வருவதற்கு முன்பு இப்போது அழைக்கப்படும் இந்துக்கள் என்ற ஒருதனியான சமூகம் என்பதே இல்லை. "அப்படி இந்து என்ற உணர்வே எவரிடமும் இல்லை. ஒவ்வோர் இந்துவிடம் இருப்பது இந்தச் சாதி என்ற ஒரு உணர்வுதான்"[16] என்பது அவர் கண்ட தெளிவு. இந்துக்களிடையே பழக்கவழக்கங்கள் நம்பிக்கைகள் எண்ணங்கள் இவை ஒத்தமைந்து வெளிப்படையாகக் காணப்படினும் இதனால் இவர்கள் தனிச்சமூகம் என்பதாகாது. ஏனெனில், "ஒன்றாகக் காணப் படுவதால் பொதுவான குணமுடையோர் என்று கூறமுடியாது. ஒருவரோடு ஒருவர் பேச்வார்த்தைத் தொடர்பு கொள்வதன் வாயிலாகத்தான் ஒருமைப்பாடுடையவராக வழியுண்டு."[17] சாதிமுறை இத்தகைய தொடர்பைத் தடுப்பதுடன் ஓர் உண்மையான சமூகமாக உருவாக்குகிறது. பழமையின்பாற்பட்ட மூட நம்பிக்கையால் உண்டான சாதி, கருத்து வேறுபாடுகளையும் சண்டைகளையும் ஊக்குவிக்கின்றது. தவிர, பழங்குடி மக்களை வெற்றிகரமாக ஆட்டிவைக்கப் பயன்படுகிறது. இவ்வாறாக அவர்கள் இந்துக்களாக்க முடியாமற் செய்வதன் வாயிலாக, "இந்து சமூகத்தின் பகை, கூட்டத்தை வளரச் செய்துவிட்டது."[18] இந்துக்கள் கீழ்ச் சாதியினரின் நாகரிக வாழ்க்கையை உயர்த்திட முயற்சிக்கவில்லை. தங்கள் சமூகத்தைச் சார்ந்தவர்களைத் தாழ்த்தியே வைத்துக் கொள்ளும் இந்து சமூகத்தைவிட முகமதிய, கிருத்துவரின் மத வெறியினாலும் அவர்களைச் சாராதவரைக் கொல்லும் தன்மையாலும் அவர்கள் செயல்படுவது மேல் என்று கூறுமளவிற்கு அம்பேத்கர் எண்ணுகிறார். இந்துக்களின் கீழ்த்தன்மை, முகமதியரின் கொடூரத்தைவிடக் கீழானது. சாதி மதத்தை மாற்றுவதும் அதாவது 'சுதி' என்பதும் தாங்க

முடியாதவை. 'சுதி' ஆக்கிமுடியாத காரணங்களே இந்துக்களின் சமூக ஒருமைப்பாட்டிற்கு உயர்வு காணமுடியாத காரணங்களாகி விட்டன."[19] இதுவே இந்துக்களை முகமதியர் சீக்கியர் இவர்களின் ஒற்றுமை ஒருமைப்பாட்டிற்கு எதிராக நடைபோட இயலாதவாறு ஒதுக்கப்பட்டவர்களாக நலிவுடையவர்களாக ஆக்கிவிட்டது.

சாதிக்கு எதிராக அம்பேத்கர் காட்டும் மற்றொரு குறைபாடு என்னவெனில் இந்தச் சமூகநீதி தனித்தன்மையையும் தனிமனித முயற்சியையும் உறிஞ்சிவிட்டது. தனி நம்பிக்கை, நடவடிக்கைகளால் கடுமையான கட்டுப்பாட்டில் வைத்து விட்டது. இந்து சமூக முறையை மாற்ற நினைக்கும் முயற்சிகளை அழிக்க இந்தப் பழமையை விரும்பும் சுயநல எண்ணங்கள் கைப்பாவையாக்கிவிட்டன. சாதி முறையை ஏற்றும் பரப்பியும் வருவோர் மேல் அம்பேத்கர் அறைகூவல் விடுத்துக் கூறுகிறார், "தங்கள் சாதிகளை நிலைநிறுத்த இந்துக்கள் தங்கள் நாட்டுக்கு எதிராகக் குற்றங்களை இழைக்கவில்லையா?"[20] சாதிகள் இல்லாத ஒரு சமுதாயத்தை அளந்து நோக்கும் அம்பேத்கரின் நோக்கு நம்முடைய சிந்தனைக்கு உரியது. "என்னைக் கேட்டால் என் லட்சியம் சமநீதி, சமத்துவம், சகோதரத்துவம் என்ற கோட்பாடுகளுடன் கூடிய சமுதாயமே"[21] என்கிறார் அம்பேத்கர். இந்த இலட்சியங்களை இவற்றிற்கு எதிராக எழுப்பப்பெறும் காரணங்களைத் தகர்த்து வாதிடுகிறார். சகோதரத்துவம் அடைவதன் வாயிலாக ஒரு லட்சிய சமுதாயம் மிக அதிக அளவில் தங்களிடம் தனியாகவும் கூட்டாகவும் தொடர்புகளை வளர்த்துக் கொள்ள இடம் வருகிறார். ஆனால் சகோதரத்துவம் என்றால் என்ன? "ஜனநாயகத்தில் மக்களாட்சியின் மறுபெயர்தானே என்பது அவரது விடையாகும். மற்றவருடன் வெளிப்படையான நிலையில் "பலவகையான தடைகளின்றி இணைதலும் தொடர்பு கொள்ளுதலுமாகிய சமூக அமைப்பே மக்களாட்சியை அமைக்க உதவுகிறது." "தங்களைச் சார்ந்தவர்களுடன், உடன் பிறந்தோர்களிடம் மதிப்பும் மரியாதையும் வளர்த்துக்கொள்ளும் வாய்ப்பு இதில் உள்ளது." சுதந்திரம் என்ற கேள்விக்கு மூன்று உரிமைகள் நிறைந்த கண்ணோட்டத்தை விரிவாக ஆய்கிறார். முதலில் "சுதந்திரமாக நடமாடுதல் என்பதன் வாயிலாக உடலாலும் உயிராலும் வாழும் உரிமை." இரண்டாவதாக, உடைமை, பொருள்கள், கருவிகள், சுதந்திரம் என்பதன் வாயிலாகப் பொருள் ஈட்டவும் உடல்நலத்தைக் காக்கவும் தேவையான வழிவகுக்கிறது. மூன்றாவதாக, "தனிமனித ஆற்றலைப் பயன்கொள்ளச் சுதந்திரம் என்பது தேவை." சாதி முறையை ஆதரிப்போர் இந்த முதல் இரண்டு சுதந்திர உரிமைகள் மட்டுமே பெறப்படுவதாக அம்பேத்கர் ஏற்றுக் கொள்கிறார். மூன்றாவது உரிமையை அவர்கள் தரவும் ஏற்கவும்

மறுப்பர். ஏனெனில் மனிதன் மனிதனை அடக்கி அடிமையாக வைத்து அதன் வாயிலாகச் சுரண்டிட அவர்கள் விரும்புகின்றனர். கடைசியாகச் சமத்துவம் பற்றிக் கவனத்தைத் திருப்புகிறார். தான் காண விரும்பும் இலட்சிய சமுதாயத்திற்குப் பிரஞ்சுப்புரட்சிதான் காரணம் என்று ஒப்புக் கொள்ளுகிறார். பிரஞ்சுப் புரட்சியின் மிக்க வலுவான முழக்கம் சமத்துவம்தான். சமத்துவம் பற்றிய நியாயமான வளம் நிறைந்த அதன் தன்மையைப் பற்றி விவரிக்கும்போது எல்லா மனிதரும் உண்மை உணர்வு அடிப்படையில் சமம் இல்லை என்கிறார். ஆனால் இந்த இலட்சியக் கண்ணோட்டம் எது உள்ளது என்பதில் இல்லை. எப்படி இருந்தால் எத்தகைய அடிப்படை செயல்முறைக் கொள்கைகள் இருந்தால் சுதந்திரமான சமுதாயம் அமைக்கலாம் என்பதே. அவர் கூற்றின்படி, தனிமனிதனின் சக்தி மூன்று வழிகளில் பெறப்படும்.

1. வம்சாவளியாக உள்ள உடல் வலிமை,

2. காட்டுமிரண்டி வாழ்விலிருந்து வளர்ந்து, சிறந்தவனாக வாழ்தற்குப் பெற்றோர் அளிக்கும் கல்வி, பராமரிப்பு, விஞ்ஞான அறிவு இவற்றின் வாயிலாகப் பெறுதல். மேலும்,

3. அவனுடைய தன் முயற்சிகள் என்பன மூன்று வழிகளாகும்.

இதன் பிறகு, இந்த மூன்று நிலைகளிலும் ஐயமின்றி மனிதர்கள் சமமில்லை. ஆனால் அப்படி அவர்களிடம் சமன்பாடு இல்லாமையால் அவர்களைச் சமமில்லாமல் நடத்தவேண்டுமா? என்று விளவுகிறார். சமத்துவம் பற்றிய கருத்தின் நேர்மையான விவரமான விளக்கத்துடன் முடிக்கிறார். “அரசின் குடிமக்கள் சில பொதுவான கோட்பாடுகளை ஏற்று அனைவரையும் சமமாகத்தான் நடத்தவேண்டும். தவிர அவர்கள் அப்படி நடத்துவது முடியாதது என்பதால் அல்ல. அரசியல்வாதிகள் அரசியலில் இந்த நடைமுறையின்படியும் இவ்வாறு நடத்துவதிலுள்ள கடுமையான சோதனையில் முன்னேறியும் சமத்துவத் தத்துவத்தை நிலைநிறுத்த வேண்டும். இல்லாவிடில் அது வெறும் ஏமாற்றுவாதமாகும்.”[22] இதுதான் சமூக, அரசியல் போதனைகளுக்கு ஏற்றதும் சாத்தியமானதுமாகியதோர் வரையறை. இவை முறைப்படி ஒன்றை ஒன்று சாராவிடினும் வேறுபாடாக இருப்பினும் காந்திஜி இம்முறையைத்தான் கூறினார். ஆனால் விளைவோ எதிரான அரசியல் விளைவுகளாயின.

புதுமை செய்தல் என்ற இலட்சியத்தின் அடிப்படையில் ஒரு வாதம் எழுந்தபோது அம்பேத்கர் சாதி அல்லது சாதிப் பிரிவினையைக் குலப்பிரிவிற்கு எதிரானது என்று கூறுகிறார். குலப்பிரிவு,

கொள்கை அளவினதாக அமைந்தது. ஆனால் சாதி முற்றிலும் "பிறப்பின்" அடிப்படையில் அமைவது. இரண்டும் நடைமுறையில் அரசியலில் எதிர்விளைவுகளை உண்டாக்குவன. நமது சமூக வாழ்விலும் அரசியல் வாழ்விலும் ஏற்படும் நிர்ப்பந்தங்களைக் கருத்தில் கொண்டு ஒரு வினாவை எழுப்புகிறார். "பிறப்பின் வழியாக உயர்ந்த இடத்தில் உள்ளவரும் தகுதியில்லாதவருமான மக்களை அந்த நிலையிலிருந்து வெளியேற்ற எப்படி வற்புறுத்தவியலும்? பிறப்பின் காரணமாகத் தாழ்ந்த நிலையிலிருந்து தகுதியில் சிறந்தவரை உயர் நிலையில் வைத்து எண்ணுதற்கு எவ்வாறு மக்களைக் கட்டாயப் படுத்த முடியும்? இதை நடைமுறைப் படுத்துதற்குச் சாதிப் பிரிவு முறை ஒழிக்கப்பட வேண்டும். குலப்பிரிவு முறை அமைய இது தேவை"[23] என்கிறார். கார்ல் மார்க்ஸ், லெனின், மாசேதுங், காந்திஜி போன்ற வரலாற்று நாயகர்கள் நம் வினைவுக்கு ஈர்க்கும் சிறப்புக்களான சிறந்த கோட்பாட்டுப் பிரச்சாரமும் நடைமுறையில் செயல்படுத்தும் திறன் படைத்த அம்பேத்கர் சாதிப் பிரிவில் திளைத்த ஒரு சமுதாயத்தைக் குலப்பிரிவில் அமுலாக்க என்ன செய்தல் வேண்டும் என்ற வினாவினைச் சிந்திக்கின்றார். முதல் கைகூடுவதான பிரச்சினை ஆயிரக்கணக்கான உள்ள சாதிகளை நான்கு குலங்களாகக் குறைக்கும் அருஞ்செயலாகும். இரண்டாவது வழக்கில் உள்ளவாறு நான்கு குலங்களாக மட்டுமே பிரிக்க வேண்டுமா? என்பது. நான்கு குலப்பிரிவினைப் பிளாட்டோவின் இலட்சிய திட்டத்துடன் ஒப்பு நோக்குகிறார். "இவரிவர் இதில் அடங்குவர் என்று புறாக்கூட்டில் அடைப்பது போன்று இந்த நான்கு குலப் பிரிவில் மட்டுமே பிரிக்க வேண்டுமானால் பிளாட்டோவின் குடியரசுக் கொள்கை தோல்வியடைந்தது போன்று நான்கு பிரிவு குல வழக்கும் தோற்றாக வேண்டும். முன்பு இருந்த நான்கு குலப் பிரிவுகள் இன்று நான்காயிரம் சாதிப் பிரிவுகளாக வளர்ந்துள்ளதே இவ்வாறு நான்கு குலப்பிரிவில் அடக்க முடியாமைக்குச் சான்று."[24] மூன்றாவது, அப்படி ஒருவர் கடும் முயற்சி செய்து பிரித்துவைத்தாலும் நான்கு பிரிவுடையதாகவே தொடர்ந்து கொண்டு செல்ல முடியுமா என்பதும் கேள்வி. பழங்காலத்தில் இப்படி மாறுவதைத் தடுக்கக் கடுமையான வழி தவறாத தண்ட முறைகள் இருந்துவந்தன. "இராமாயணத்தில் இராமர் சம்புகாவைக் கொல்லும்போழ்து இவ்வாறு தண்டனை முறையில்லாமல் நான்கு குலப் பிரிவினை நடைமுறைப்படுத்த வியலாதது என்பது நிரூபனமாயிற்று. காரணமின்றிச் சம்புகாவை வேண்டுமென்றே கொன்றதாகக் குற்றம் சாட்டுவது உண்மை நிலையைச் சரியாகப் புரிந்து கொள்ளாதது வெளிப்படை. இராமராஜ்யம் நான்கு சாதிப் பிரிவுகளினடிப்படையில் வகுக்கப் பெற்றது. அரசர் என்ற

முறையில் இராமர் இதை ஏற்று நான்கு சாதிகளைக் காக்க வேண்டியவராகிறார். ஆகவே, தன் குலத்தை மீறி நடக்க அதாவது பிராமணர் ஆக முயற்சித்த சம்புகா என்ற சூத்திரரைக் கொன்றது தன் கடமையின் உந்துதலால்." இந்த மாபெரும் காவியத்தைப் பற்றிய இவரின் ஆய்வுக் கண்ணோட்டமும் சிறந்த அறிவு வெளிப்பாடும் உணரக் கூடியவை. இறுதியாகச் சமுதாயத்தில் பெண்கள் நிலை என்ற கடினமான சிக்கல் இருந்தது. அவர்கள் அவர்களுக்கென்று வகுக்கப்பெற்ற அறைகளில் தள்ளப்படுதல் அதாவது அவர்கள் தந்த, கணவன் இவர்களைச் சார்ந்த வகுப்பிலேயே தள்ளப்படுதல் என்று அவிழ்க்கவியலாத முச்சுகளான பிரச்சினை வந்தது. இவ்வாறு விரிவாகச் சிந்தனை செய்த பின்னர் இறுதியில் அம்பேத்கர் நடைமுறை ஏற்புடையதாயினும் அது தேவைப்படாத ஏற்கவியலாத ஒரு முறை என்று கருத்தறிவிக்கின்றார். வரலாற்றுச் சான்றின் வழி மற்ற மூன்று குலத்தினரும் அதாவது சத்திரியர், வைசியர், பிராமணர் ஆகியோர் தங்களிடையே நிலவிய பிரச்சினைகளையும் வேற்றுமைகளையும் தற்காலிகமாக ஒதுக்கிவிட்டு, சூத்திரர்களைக் கீழிறக்குவதில் கூட்டாக இயங்க ஏற்றம் கண்டனர். "ஏன் இந்தியாவில் இதுவரை சமுதாயப் புரட்சி ஏற்படவில்லை என்ற வினாவிற்கு உள்ளத்தில் மறுகி அவர் விடை கண்டார். அது ஒரே ஒருமனமாக முடிவு செய்யப்பெற்ற வினாவாகத்தான் அவருக்கு அமைந்தது. அதன்படி, கீழ்நிலையிலுள்ள இந்துக்கள் முழுமையாக முடக்கம் செய்யப்பெற்றதன் பின், நேரடி நடவடிக்கையில் இறங்கவில்லை. இதற்குக் காரணம் கீழ்த்தரமான வருணாசிரம தர்மம் என்ற குலமுறைக் கல்வி."[25] ஐரோப்பிய நாட்டில் பாதுகாப்புப் படையினரின் ஆயுதம் எனப்படும் சுதந்திரத் தன்மை வறுமையினை ஏற்றுக் கொள்ளும் சுதந்திரம் அதாவது அரசியல் ஆயுதம், கல்வியாகிய தார்மீக வளர்ச்சி இவை இந்தியாவில் மறுக்கப் பட்ட ஆயுதங்கள்.

சாதி இந்துக்களின் உடற்கூறு இவர்களின் அறிவுத்திறன் நல்லெண்ணங்கள் இவற்றை நலிவடையச் செய்கிறது. அதற்கு மத ஒப்புதலும் உள்ளது. இந்துக்கள் இவ்வளவு காலம் பிழைத்து வருவதன் காரணத்தை அம்பேத்கர் கீழ்க்காணும் கேள்வியின் வாயிலாக விளக்குகிறார். "ஒரு வகுப்பு வாழ்கிறதா வீழ்கிறதா என்பது வினாவன்று; அது எந்த அளவில் வாழ்கிறது என்பதே கேள்விக் குறி."[26] என்கிறார். சாதிகளின் தீய விளைவுகளை முழுமையாகத் தீர்வு செய்யாத வரையில் வளர்கின்ற எந்தச் சூழ்நிலைக்கும் ஏற்ற வளமான இந்து சமூகத்தைக் கட்டிக் காக்கும் பணியிலோ அதற்கு இணையாக வளரும் வலிமைப்படைத்த இந்தியாவைச் சமைப்பதுமாகிய இரண்டு செயல்களிலும் இனிது நடைபெறும் கைகூடுகை இல்லை

என்று ஆணித்தரமாகக் கூறுகிறார். சாதி என்ற கொள்கையின் அடித்தளத்தைத் தகர்ப்பதன் வாயிலாகவே வேருடன் அகல்வதன் வழியாகவே சாதியை அழிக்க நடைமுறையில் எளிதாகவும் பலமுள்ள தாகவும் உள்ள வழி. இவ்வாறு பெருமளவிலும் முறையாகவும் சாதிகளின் இடையேயுள்ள கலப்புத் திருமணங்களை ஆதரிக்கின்றார். இந்து சமயத்தின் போக்கைப் பற்றி நன்கறிந்த முறையில் அம்பேத்கர் கூறுகிறார். “இந்துக்கள் ஒட்டுமொத்தமாகச் சாதியைக் கடைபிடித்து வருவது தவறாகப் புரிந்து கொண்டதாலோ அல்லது மனிதாபிமானம் இல்லாமலோ அல்ல. அவர்கள் மிக ஆழமாகச் சமயப் பற்றின் காரணமாகவே அவ்வாறு நடக்கின்றனர். என்னளவில் தவறு அவர்களின் மதத்தால் அதாவது சாதி என்ற பிரிவினை உணர்ச்சியை மதம் ஊட்டிவிட்டது என்ற காரணத்தால்”[27] என்று. எனவே, சமயப் புரட்சி சாதிப்புரட்சி தோன்றுவதற்கு முன் ஏற்படவேண்டியது என்கிறார். அது அரசியல் புரட்சிக்கும் முன்னதாக அமையும். புத்தரும் குருநானக்கும் துவங்கிய புரட்சிகரமான மத மாற்றங்களே முற்றிலும் நம் நாட்டு சூழ்நிலையில் தோன்றிய சமயப் புரட்சியின் எடுத்துக்காட்டுக்கள் என்று கூறி இவற்றைப் பரிந்துரைக்கின்றார்.

அடுத்து இந்தியாவில் வழக்கிலுள்ள சமுதாய மறுமலர்ச்சி வகை மாதிரிகளைப் பற்றி விவரிக்கின்றார். மறுமலர்ச்சித் தேவை என்பதே முதலில் அனைவருக்கும் பொருந்தும் கருத்தாகும். இரண்டாவதாக, மக்களின் சமயப் பற்றினை இணைக்கின்ற இரண்டு வகையான சமூகப் புரட்சிகளைப் பற்றிப் பேசுகிறார். ஒரு முயற்சி மிகப் பழமையானவை என்று கூறப்படும் இலட்சியங்களை மீட்க அழைப்புவிடும் மறுமலர்ச்சி முறை. இரண்டாவது மக்களின் சமயப்பற்றினைக் கட்டமைப்பு முதல் மாற்றக்கூடிய உண்மையான மதிபபுகளை மதிப்பீடு செய்ய முன்வரும் மறுமலர்ச்சி முறை. அம்பேத்கர் கருத்தின்படி சாதியை அழிப்பதே மூன்றாவதாகக் கருதப்படும் சமயப் புரட்சி. யார் முன்னெடுத்துச் செய்வது? மிக்க அறிவுநுட்பம் வாய்ந்த பகுதியினரே இந்தப் புரட்சியை முன்நின்று நடத்திச் செல்லவியலும் என்று அம்பேத்கர் வாதிடுகிறார். அதாவது பிராமண சமுதாயம் மட்டுமே இதற்குள்ள தகுதி படைத்தது. ஏற்காமல் தள்ளினும் பழமையின்பாற்பட்ட இந்திய வளர்ச்சி முறைகளே இதற்கு ஏற்றவை. காந்தியடிகளை விரும்பும் இன்றைய நாகரிக உச்சியிலுள்ள இந்திய அறிவாளிகளுக்கு எதிராகக் கூறுகிறார். இந்தியாவில் வழக்கிலுள்ள சுருதி, சுமிருதி, நன்னடத்தை போன்ற ஆராய்ச்சி தன்மையுள்ள கொள்கைகள் மனிதனின் நாட்டுப்பற்றை வளர்க்கத் தகுந்த இடம் தரவில்லையென விளக்குகிறார். ஆனால் இவை இந்து சமயத்தின் இன்றியமையாத பகுதிகள். எப்போது

சமயத்துவம் சுதந்திரம் சகோதரத்துவம் நியாயமான சிந்தனைகள் இவற்றிற்கு எதிர்வாதங்கள் தோன்றுகின்றதோ அப்போது அவற்றை வெளியேற்ற சமயப்புரட்சிவாதிகள் தயங்கக் கூடாது என்று சீர்திருத்தவாதிகளுக்கு வேண்டுகோள் விடுக்கிறார். ஆனால் இவ்வாறு செயல்படுதல் வாயிலாக இந்துக்கள் இந்து சமயத்தை எதிர்ப்பதாக உள்ளது. ஒரு கொள்கைக்கும் ஒரு சட்டத்திற்கும் இடைப்படும் வேறுபாடுகளைச் சிந்து வெளி நாகரிகம் செய்யத் தவறிவிட்டது என்று வாதிடுகிறார். உண்மையில் இந்து சமயம் என்பது ஒருங்கிணைத்துக் கூறப்படும் சில சட்டத்திட்டங்களும் சில வழக்கங்களும் நிறைந்த மொத்த உருவமே. ஆகவே, இந்து சமயத்திற்கு அடிப்படை நிலையான ஒரு சமயம் என்ற நிலையைத் தரலாகாது என்ற நிலைக்கு வருகிறார். "தெளிவான சொற்களில் கூறுவதானால் இந்துக்கள் தங்கள் இந்து சமயத்தை ஒரு சட்டமாக அல்லது வழக்கினால் முடிவுரைக்கப் பெற்ற வர்க்கப் பண்புகளாகக் கருதுகின்றனர். மனம் திறந்து கூறுவதானால் இந்த நடைமுறை விதிகளை மதம் என்று ஏற்க மறுக்கிறேன்."[28] என்று கூறுகிறார். எனவே, "இத்தகையமதத்தினை அழிக்கும் முயற்சிகளில் ஈடுபடுதல் மதத்திற்குப் புறம்பானது அல்ல என்று முழங்குகிறார்."[29] இந்துக்களிடம் இந்து சமயம் ஓர் உண்மையான சமயம் அல்ல என்று கூறிவிட்டால் அவர்கள் இதை அடியோடு கைகழுவுவதற்குத் தயாராகிவிடுவர் என்கிறார்.

காந்தியடிகள் அம்பேத்கரின் அறைகூவலைப் பொறுப்புடன் ஏற்று அவருக்கு 1936இல் 'ஹரிஜன்' இதழில் கட்டுரைகளின் வாயிலாகப் பதிலளிக்க முயன்றார். காந்தி - அம்பேத்கர் இருவரின் இந்தச் சமயம் பற்றிய விவாதங்கள் (கருத்து மோதல்கள்) இந்து சமயத்தின்பாலும் மற்றும் இந்திய நாட்டின் தேசியத்தின்பாலும் அடிப்படைக் கருத்துக்களைக் கொண்டதான மதிப்பைப் பெறுகின்றன. இந்துக்களுக்கும் இந்து சமயத்திற்கும் தீவிரமான அறைகூவலை அம்பேத்கர் தோற்றியுள்ளதைக் காந்தியடிகள் நுட்பமாகக் கண்டு கொண்டார். அவரிடம் தனிப்பட்ட முறையில் தன் மதிப்பை உயர்த்தும் வண்ணம், "அம்பேத்கர் இந்து மதத்திடம் தன் வெறுப்பை உமிழ்ந்துள்ளது அதனைப் பற்றிய விரிவுரையாளர்களிடம் காட்ட வேண்டும்"[30] என்று கூறினார். "ஒரு நிறுவனம் அல்லது நடைமுறையைப் பற்றிய மதிப்பீடு அதன் உறுப்பினர்களைக் கொண்டே செயல்படுகிறது."[31] இந்து சமயத்தில் எப்போழ்தும் இருக்க வேண்டியதும் உடனடியாகச் செய்ய வேண்டியவற்றைக் குறிப்பாகத் தெளிவாகக் காட்டிவிடலாம் என்கிறார். எவர்களின் கண்களோ மனமோ இத்தகைய மாற்றங்களைக் கொண்டு வர முடியுமோ

அவர்களின் மனசாட்சிக்கு மத இலக்கியங்கள் விண்ணப்பிக்க வேண்டும்."[32] "சமயச் சார்புடன் எதை உணர முடியவில்லையோ அல்லது எவற்றை அறிவுநிலையில் ஆய்வு செய்ய இயலவில்லையோ அவற்றைக் கடவுள் கூறிவிட்டார்"[33] என்று கூறி ஏற்பதற்கில்லை. சமய இலக்கியங்களைத் தகுந்த முறையில் எடுத்துக் கூறத் தகுந்த மொழிபெயர்ப்பாளர் இப்போழ்து தேவை என்கிறார். யார் விளக்கு வதற்கு ஏற்றவர்? உறுதியாக அறிவாளிகள் அன்று. கல்வியறிவு தேவை தான்; ஆனால் சமயம் அறிவால் அறியப்படுவதல்ல. முனிவர்கள், சமயச் சொற்பொழிவாளர்களின் பட்டறிவின் வாயிலாக அவர்களின் வாழ்க்கை முறை அறிவுரைகள் வாயிலாகச் சமயம் வாழ்கிறது. மிக நன்றாகக் கற்ற சமயச் சார்பாளர்கள் முற்றிலும் மறந்துவிட்டாலும் முனிவர்கள், இருடிகளின் பட்டறிவு நிலைத்து நின்று வருங்காலத்தில் ஊக்குவிக்கும் சக்தியாகத் திகழும்."[34] அம்பேத்கரின் சாதி பற்றிய நேரடித் தாக்குதலை ஏற்றுக் காந்திஜி, அது மக்களின் தேசிய வளர்ச்சிக்கோ ஆன்மீக வளர்ச்சிக்கோ தீங்கு விளைவிக்கும் என்று நான் அறிகிறேன்" என்று கூறுகிறார். ஆனால் சாதி இந்து சமயத்தின் முக்கிய உறுப்பு என்கிற அம்பேத்கர் வாதத்தை ஒதுக்கிவிட்டு, சாதி சமயத்திற்கு எதுவும் செய்யவேண்டியதில்லை என்கிறார்."[35] மேலும் குலம், ஆசிரம நிறுவனங்களிலிருந்து சாதியைப் பிரிக்கின்றார். காந்திஜி கொள்கை அளவிலும் ஏட்டளவிலும் அம்பேத்கரின் மறுமுனையில் நின்றுகொண்டு, குலம், உரிமைகள் பற்றிய அமைப்பல்ல, கடமைகள் பற்றியது என்கிறார். ஒரு தத்துவத்தின் லட்சியம் வேறு, அதனை விளக்கி நடைமுறைக்கேற்ப விளக்குவது வேறு என்றும் கூறுகிறார். ஆகவே, நடைமுறையிற் செயற்படுத்தும் போழ்துள்ள திரிபுகளைக் கொண்டு முடிவு செய்தலாகாது. குலம் என்பது நடைமுறையிலுள்ள வேற்றுமையே தவிர தலைமுறை வழியில் புகுத்தப்பட்டதன்று. காந்திஜி அவர்களே தானும் அம்பேத்கரும் இந்தக் கருத்தில் கருத்து வேறுபடுவதாகவும் அதேபோன்று வேறு பலரும் தன் விளக்கங்களை ஏற்றுக்கொள்வதில்லை எனவும் கூறுகிறார். அம்பேத்கர் இந்து சமயத்தை மதிப்பிடுவதற்கு அளவுக்கதிகமான அளவுகோல்களைப் பயன்படுத்துகிறார் என்று குறை கூறி, தவிர அதே அளவுகோல்களைக் கொண்டு எந்த மதத்தையும் அளவிட முடியாது என்கிறார். லண்டனில் இருவரும் சட்டம் பயின்றவர்களாதலால் காந்திஜி "அம்பேத்கரின் கூற்றுக்களைத் தனக்கேயுரிய சிலேடையுடனும், சட்டத்தின் பிடியிலிருந்தும் பார்த்துவீட்டு அம்பேத்கர் தன் சிறந்த கட்டுரையில் சற்று அளவுக்கதிகமாகவே சென்று எடைபோடுவதாகக் கூறுகிறார்."[36] உண்மையில் காந்திஜி அம்பேத்கரின் விளக்கங்களுக்குச் சவாலோ எதிர்வாதமோ செய்யாது தன்னிலை விளக்கம் மட்டும்

கூறிச் செல்கிறார். ஆகவே, இருவரும் லட்சியக் கோட்பாட்டிலும் ஏட்டளவிலும் செயல்முறையிலும் முற்றிலும் மாறுபட்ட இரண்டு நிலைகளிலுள்ளனர் என்பது தெளிவாகின்றது. ஆகவே இருவரின் கருததுக்களை இணைப்பதோ ஆராய்ந்து ஒன்றுபடுத்துவதோ இயலாது. இருப்பினும் இந்தியர்களுக்கு இந்த நிலை ஒரு மாற்று வழியைத் தருகிறது. அம்பேத்கருடையது முற்றிலும் நாகரிகத்தின்பாற்பட்ட நவீன இலட்சியம். காந்திஜியினுடையதோ முற்றிலும் வழக்கிலுள்ளதும் அதேபோழ்து நவீன மாற்றங்களுக்குச் சிறிது ஏற்றவாறுள்ள சலுகைகளுமுடையதாகும். காந்திஜி ஓரளவு வெளிப்படையான லட்சிய நிலையில் நிற்க அம்பேத்கர் முற்றிலும் இயல்பான உண்மை நிலைலுள்ளார். மேலை நாட்டு நாகரிகத்தை அம்பேத்கர் புகழாதவர் என்றுகூறுதல் இயலாது. ஆனால் விளங்காதது அந்தக் கண்ணோட்டம் காந்திய நெறியிலிருந்து வேறுபட்டு, சமத்துவம், சுதந்திரம், சகோதரத்துவம் என்ற லட்சிய நிலைகளிலிருந்து சமய நெறிகளையும் சாதிக் கட்டுப்பாடுகளையும் நோக்குகிறார் என்பதே. காந்திஜி கூறிய சமயம் எதில் அடங்கியது என்பது பற்றிய விளக்கத்தில் பங்கு கொள்ளவில்லையானும் காந்திஜி வலியுறுத்திய மனித வாழ்க்கைக்கு நடுநிலையானது சமயம் என்பதை ஓரளவு ஏற்றுக்கொள்கிறார்.

அம்பேத்கர் அவர்களின் சமூகவியல் பற்றிய கல்வி அவரின் இரண்டு குறிக்கத்தகுந்த நூல்களான ‘யார் சூத்திரர்கள், தீண்டத் தகாதவர்கள்’ என்றநூல்களைப் படிக்காமல் முழுமையடையாது.[37] இவ்விரண்டு நூல்களும் ஆய்வு நுணுக்கங்களுடன் சான்றாதாரங் களைக் கொண்டு மிகத் தீவிரமான செய்திகளைக் கருத்துக்களைக் கொண்டவையாகும். இவ்விரண்டு படைப்புக்களைப் பற்றிய மிகச் சுருக்கமாகவும் குறிப்பாகவும் மட்டுமே இங்குக் கருத்துக்களைத் தரவியலும். யார் சூத்திரர்கள் என்பது 1946இல் பதிப்பிக்கப்பெற்று வெளிவந்தது. இந்தியாவிற்கு அன்னியர் ஆட்சியிலிருந்து விடுதலை பெறுவதைவிட சமூக ஜனநாயகம்தான் மிக முக்கியமானது, தேவையானது என்ற உயர்ந்த அறிவுரையைப் பரப்பியவரும் இந்துக்களின் சமூகத்தில் தாழ்த்தப்பட்டவர்கள் உயர் வர்கக்த்தினரிடம் அடிமையாக வாழ்வதைத் தாழ்த்தப் பட்டவர்களை உணரச் செய்தவருமாகிய மகாத்மா ஜோதிபாபூலே என்பவர்க்கு இந்நூலைக் காணிக்கையாக்கினார். இந்து-ஆரிய சமூகத்தில் தீண்டத்தகாதவர்கள் எவ்வாறு நான்காவது குலத்தில் வந்தனர் என்று ஒரு பகுதி உள்ளது. ரிக் வேதத்தையும் மற்று அப்போழ்து கிடைத்த வேறு இலக்கிய படைப்புக்களையும் மேற்கோள்காட்டி அம்பேத்கர் சூத்திரர்கள் பற்றிய புதிருக்கு விடை கண்டதாகக் கூறுகிறார். அவருடைய

எழுத்துக்களில் அவர் கீழ்க்கண்ட வினாக்களுக்கு விடைகாண முயன்றுள்ளார்.

1. யார் சூத்திரர்களாக இருந்தனர்?

2. எப்படி அவர்கள் இந்து ஆரிய சமுதாயத்தில் நான்காவது குலமாக விவரிக்கப்பட்டனர்?[38]

மீண்டும் அவர் எழுத்துக்களின் ஆராய்ச்சி முடிவாகக் கீழ்க் கண்ட விடைகளைக் கண்டுள்ளார்.

1. சூத்திரர்கள் சூரிய வமிசத்தைச் சார்ந்த ஆரிய சமூகத்தில் ஒருவரே.

2. ஒரு காலகட்டத்தில் ஆரிய சமூகம் மூன்று சாதிப் பிரிபுகளை மட்டுமே அதாவது பிராமணர்கள், சத்திரியர்கள், வைசியர்கள் என்ற மூன்று பிரிவுகளை மட்டுமே இனம் கண்டிருந்தது.

3. சூத்திரர்கள் என்ற தனிப்பிரிவு இல்லை. அவர்கள் சத்திரியர்களின் ஒரு பகுதியாகவே இந்து ஆரிய சமூகத்தில் வரிசைப் படுத்தப்பட்டனர்.

4. பிராமணர்களுக்கும் சூத்திர அரச குடும்பத்தினருக்கும் தொடர்ந்து இனப் போராட்டங்கள் நிகழ்ந்து வந்தன. அதனால் பிராமணர்கள் மிகுந்த ஆக்கிரமிப்புக்கும் அவமதிப்புக்கும் உட்படுத்தப் பட்டனர்.

5. அவ்வாறு ஏற்பட்ட அவமதிப்புக்கும் ஆதிக்கத்தில் ஏற்பட்ட பொறாமையினால் பிராமணர்கள் சூத்திரர்களுக்குப் பூணூல் அணியும் சடங்குகளைச் செய்விக்க மறுத்தனர்.

6. பூணூல் அணியாத காரணத்தால் சத்திரியர்களின் ஒரு பகுதியான இவர்கள் சூத்திரர்களாகத் தரம் குறைக்கப்பட்டு வைசியர் களுக்கும் பிற்பட்ட வரிசையில் வைத்து எண்ணப்பட்டனர். இவ்வாறாகத் தோன்றியதே நான்காவது பிரிவாகிய சூத்திரர்கள்.

இருப்பினும் அவர் அடக்கத்துடனும் எச்சரிக்கையுடனும் கூறுவது யாதெனில் "இந்த முடிவுகளுக்குச் சிறந்த கல்விமான்களின் தீர்ப்புக்களை எதிர்நோக்கியாக வேண்டும். இவை முற்றிலும் நகலானவை மட்டுமல்ல. வழக்கிலுள்ள கருத்துக்களை எதிர்த்துக் கூறும் கருத்துக்களும் ஆகும்."[39] இருப்பினும் அவர் திறந்த மனதுடைய நேர்மையான எவரையும் தன்னுடைய கருத்துக்களுக்கு ஏற்பு தருவதற்கு மாற்றவியலும் என்று நம்புகிறார். இக்கருத்துகளினால் தோன்றும் அரசியல் விளைவுகளையும் அம்பேத்கர் அறிந்திருந்தார். குறிப்பாக

ஆரிய சமாஜத்தினர் இந்தி- ஆரிய சமாஜத்தின் தோற்றத்திலிருந்து நான்கு சாதிகள் இருந்து வந்ததாக நம்பி வந்தவர்களாதலால் தன்னைக் கடுமையாக எதிர்ப்பவர்கள் என்று எண்ணினார். ஆரிய சமாஜத்தினர் வேதங்களின் புதத்தன்மை, எக்காலத்திற்கும் பொருந்தும் தன்மை இவற்றில் ஆழ்ந்த நம்பிக்கை கொண்டிருந்தவர்களாதலால் குறிப்பாகப் புருஷ ஸூக்தம் பிராமணர்களின் சுயநலத்திற்காகத் தங்கள் செயல்கள் கைகூட இயற்றப்பட்டவை"[40] என்றும் அறிந்திருந்தார். தீவிர இந்துக்கள் உறுதியாக அவர்மேல் அவதூறுகளை வீசுவர் என்றும் அவர் நம்பினார். அரசியல் ஈடுபாடு கொண்ட பிராமணர்கள் எந்தப் பக்கமும் குறை கூறாமல் நடுநிலையாக இருந்துவிடலாம். ஆனால் அம்பேத்கர் உடனே சமூக மாற்றங்கள் தேவை என்று கருதும் இந்துக்களின் ஒரு சாரார் தன் கருத்துக்களை வரவேற்பர் என்று கருதுகிறார். இந்தப் பிரச்சினை முடிவடைவதற்கு வெகு நாட்களாகும் என்ற உண்மையினாலும் வரும் பல தலைமுறைகளில் முயற்சிகள் தேவைப்படும் என்பதாலும் இப்பிரச்சினை குறித்த ஆராய்ச்சியைத் தள்ளிவைத்ததற்கு எவ்வித நியாயமும் இல்லை என்பது அவர் கருத்து."[41]

"தீண்டத்தகாதவர்" என்ற நூலும், 'யார் அவர்கள், ஏன் அவர்கள் தீண்டத்தகாதவர்களாயினர்?' என்ற பகுதியும் 1948 இல் பதிப்பிக்கப்பெற்று வெளிவந்தன. அம்பேத்கர் சூத்திரர்கள் பற்றி எழுதிய நூலின் விளைவாக எழுதப்பெற்றதாக அந்நூலின் முகவுரையில் எழுதியுள்ளார். உண்மையில் இந்த இரண்டு படைப்பு களும் சேர்ந்து நம் வரலாற்று அறிவிற்கும் ஒரு நாடாக ஒரு சமுதாயமாக இயங்கும் உண்மைக்கும் சவாலாக அமைந்த ஓர் அழியாத நினைவுச் சின்னம் எனலாம். தீண்டத்தகாதவர், சூத்திரர் என்ற இருவரும் குறிப்பாக இரண்டாவதாகச் சொல்லப்பட்டவர் சமுதாய அமைப்பிற்கு நம் கவனத்தை ஈர்க்கும் என் கருதினர். ஏனெனில் தானே அவ்வாறு நிராகரிக்கப்பட்ட சமுதாய அமைப்பின் ஓர் உறுப்பினர் என்பதால் முகவுரையில் அக்கால பிராமண காவிய எழுத்தாளர்களைத் தீண்டத்தகாதவர் பற்றிய தொடக்கக் காலத்தைப் பற்றிக் கவலைப்படாமலும் பிராமணர் அல்லாதார் இது குறித்து ஆராய்ச்சியில் ஈடுபடாமல் வந்ததாகச் சாடுகிறார் "பிராமணப் படைப்புக்கள் பற்றி விளக்கப் புகுந்த எழுத்தாளன் என்ற நிலையில் இத்தகைய கீழ்நிலையிலான செயல்களுக்குத் தானே பலியாகிவிட்டதாக அவர் எழுதுகிறார். இந்தக் கீழ்நிலையான செயல் ஒருங்கிணைந்த வாயடைப்பு. இதுவே ஒன்றுமில்லையென்று எளிமையான காரணங்களைக் கூறி ஒதுக்கிவிடும் முயற்சிகளில் அடங்கும். தான்தான் முதன்முதலாக இத்தகைய ஆராய்ச்சியில்

இறங்கியவர் என்ற நிலையில் தன் கட்டுரையில் ஆறு சிறப்புக் கூறுகளை முன் வைக்கிறார். இவற்றைக் கீழே வகைப்படுத்திக் கூறக் காணலாம்.

1. இந்துக்களுக்கும் தீண்டத்தகாதவர்களுக்கும் இன ரீதியாக வேற்றுமைகள் இல்லை.

2. இந்துக்களுக்கும் தீண்டத்தகாதவர்களுக்கும் இடையிலேயுள்ள வேறுபாடு தீண்டாமை புகுத்தப்பட்டதற்கு முன் பழங்குடியினர்க்கும் மற்ற குடிகளிலிருந்து பிரிந்து வந்தவர்களுக்கும் இடைப்பட்ட பிரிவேயாகும். இவ்வாறு பிரிந்து வந்தவர்கள் பிறகு தீண்டத்தகாதவர் என்று கருதப்பட்டனர்.

3. தீண்டாமை எவ்வாறு இன வழியில் தோன்றவில்லையோ அது போன்று செய்தொழில் வழியிலும் தோன்றவில்லை.

4. தீண்டாமை தோன்ற இந்த இரண்டும் அடிப்படைக் காரணங்களாகும். பிராமணர்களுக்கும் புத்த மதத்தினருக்கும் இடையில் தோன்றிய வெறுப்பும் பொறாமையும் ஒன்று. பிரிந்து வந்தவர் மற்றவர் விட்டுவிட்ட நிலையிலும் தொடர்ந்து மாட்டிறைச்சியை உண்டு வந்தது மற்றது.

5. தீண்டாமை பற்றிய அடிப்படையான காரணங்களை ஆராயப் புகுமுன் தீண்டத்தகாதவர்களையும் தூய்மையாய் வாழாதவர்களையும் வேறுபடுத்திக் காண கவனமாயிருக்க வேண்டும். அனைத்து முனைப்பான இந்து இலக்கிய ஆசிரியர்களும் தூய்மையாக இல்லாதவரைத் தீண்டத்தகாதவர்களுடன் ஒன்று படுத்தியே கண்டு வந்திருக்கின்றார்கள். இது தவறு. தீண்டத்தகாதவர்கள் தூய்மையாக வாழாதவரிடமிருந்து வேறுபட்டவர்கள்.

6. தர்ம சூத்திரங்களைப் பற்றி எழுதப் புகுந்தபோது தூய்மை இல்லாதவரை ஒரு குழுவாக ஒதுக்கிவிட்டனர். ஆனால் தீண்டத் தகாதவர் என்போர் கி.பி. 400க்குப் பின்னரே சித்திரிக்கப் படுகின்றனர்.

'தீண்டத்தகாதவர்' குறித்த அடிப்படை ஆய்வுக்கட்டுரையில் அம்பேத்கர் விலகிவந்தவர் என்ற ஒரு கட்டத்தை மையக் கருத்தாக எழுதி உள்ளமையால் அம்பேத்கர் இது குறித்து என்ன கூறுகிறார் என்று நாம் காணவேண்டுவது தேவையாகிறது. தொடக்கக்கால வளர்ச்சிக் குன்றிய சமுதாயத்தில் மனிதன் நாடோடி வாழ்க்கையிலிருந்து ஓரிடத்தில் வாழப் புகுந்த வரலாற்றுக் காலத்திற்கு நம்மை கொண்டு செல்கிறார். இந்த மாற்றம் இரண்டு பிரச்சினைகளை உருவாக்கியது. ஒன்று அமைதியாக ஓரிடத்தில் வாழத் துவங்கியவர்களை எதிர்ப்பது.

மற்றது விலகிச் சென்றவர்களை எதிர்கொள்வது. ஓரிடத்தில் அமைதியாக வாழத் துவங்கியவர்களுக்கு நாடோடிகளிடமிருந்து தங்களைப் பாதுகாத்துக் கொள்வது ஒரு பிரச்சினையாக இருந்தது. ஆனால் ஒதுங்கிச் சென்றவர் பாதுகாப்பிற்கும் உறைவிடத்திற்கும் தங்களைக் கவனித்துக்கொள்ள வேண்டியதாயிற்று. தொடக்கக் கால நாகரிக வளர்ச்சி குன்றிய சமூகத்தில் இந்த நாடோடிகளுக்கும் விலகி வந்தவர்களுக்கும் இடைப்பட்டப் போராட்டங்களை அம்பேத்கர் கோடிட்டுக் காட்டுகிறார். இனப்போராட்டங்களில் தோற்கடிக்கப்பட்ட ஒரு குழு சிதறிப் போனதே தவிர முழுமையாக அழிக்கப்படவில்லை. "தோற்றகடிக்கப்பட்டவர்கள் சிறுசிறு பிரிவுகளாகச் சிதறி விட்டனர்."[44] இவ்வாறாகத் தொடக்கக் காலத்தில் விலகிவந்த கூட்டங்கள் எல்லா திசைகளிலும் பரவி திசை தெரியாமல் நகரும் மக்கள் குழுவாக இருந்திருக்கின்றனர். இவ்வாறாகச் சாதி சமுதாயத்தின் இயற்கையானதும் அமைப்பு ரீதியானதுமான துண்டங்களில் உடைபட்ட நிலையே பிரச்சினையாக மாறியது. குறிப்பாக ஒரு சாதியினரின் முற்றிலும் விலகிய தன்மை காரணமாக இவை தோன்றின. ஒரு சாதிப்பிரிவினர் மற்றவரிடமிருந்து பிரிந்து வாழ இரண்டு கொள்கைகள் முக்கியமாக முன்வைக்கப் பெற்றன.

1. அந்தப் பிரிவினர் அந்த சாதிக்கே முற்றிலும் உரிய அங்கத்தினர் என்ற அமைப்பு.

2. அந்த அங்கத்தினர் குருதி தொடர்பையும், உற்றார் உறவினரையும் அடிப்படையாகக் கொண்டதாக இருக்கவேண்டும்.

இவ்வாறாகச் சாதிகளாகப் பிரிந்து மனித சமுதாய வாழ்க்கை ஒன்றுதான் வழி என்று ஏற்பட்ட காலத்தில் இவற்றிலிருந்து விலகி வந்த தனிநபர்கள் "தனிப்பட்டவர்களாக வாழவேண்டிய சூழ்நிலை தோன்றியது." ஆகவே இவர்களுக்குத் தொடர்ந்து தங்க நிழலும் பாதுகாப்பும் இடைவிடாத பிரச்சினைகளாக உருவெடுத்து வந்துள்ளன. இந்தக் கருத்துக்கு நூல்களிலும் இலக்கியங்களிலும் சான்றுகாட்ட இயலவில்லை என்று ஏற்றுக் கொண்டு அம்பேத்கர் எப்படி ஏற்பட்டிருக்க வேண்டுமென்று மனஅளவில் படம் பிடித்துச் சித்தரித்துக் காட்டியுள்ளார். இப்படி விலகி வந்தவர் நிலையான வாழ்க்கை வாழ்ந்தவருடன் ஓர் உடன்பாடு அமைத்துக் கொண்டு அதன் வாயிலாகத் தங்களுக்குப் பாதுகாப்பும் உணவும் உறைவிடமும் அமைத்துக் கொண்டனர். அந்த ஏற்பாட்டினை ஏற்றுக்கொண்டு விலகி வந்தவர்கள் சில சேவைகளைச் செய்தும் பாதுகாப்புப் பணியில் ஈடுபடுத்தப்பட்டும் இருந்திருக்கவேண்டும். ஆனாலும் குருதி உறவோ உற்றார் என்ற அமைப்போ இல்லாத

நிலையில் விலகி வந்தவர்களுக்கு நிலையாக வாழ்ந்தவர்களுடன் உடனுறையும் சமநிலை கொடுக்கப் பெறவில்லை. நிலையான சாதி மக்களிடமிருந்து பிரிக்கப்பட்டு வாழ்ந்த “இத்தகைய குழுவினர் தங்கள் முக்கியத்துவம் காரணமாகச் சிற்றூர்களின் புறப்பகுதிகளில் வாழ அனுமதிக்கப்பெற்றனர்.” வெளித்தாக்குதல் ஏற்படும்போது இவர்களின் உதவி தேவைப்பட்டதால் இத்தகைய அனுமதி தரப்பட்டது. இவ்வாறாகத் தீண்டத்தகாதவர்கள் கிராமங்களின் வெளிப்பகுதிகளில் தனியாகச் சேரிகளில் வாழும் நிலை தோன்றியது.

ஒட்டுமொத்தமாக நோக்கும்போது அம்பேத்கர் அவர்களின் இந்திய சமுதாய வாழ்வின் சமூகவியல் பற்றிய கருத்துக்கள் ஏன், எப்படி இத்தகைய நேர்மையற்ற, தூண்டப்பட்ட, சுரண்டல் மனப்பான்மையுடன் கூடிய அழைப்பு தோன்றியது என்பதற்கு விளக்கங்களாக அமைகின்றன. ஆனால் அம்பேத்கர் முதல்நிலை சான்றோர் மட்டுமல்ல, சீரான சமுதாயம் பற்றிய தீர்மானமான கண்டோட்டமும் சில இலட்சியங்களை அடிப்படையாகக் கொண்டவரும் ஆவார். அவரின் கட்டுரைத்திறன் ஒரு பகுதி மக்களுக்குச் சார்பாக மட்டும் ஈடுபடுத்தப்படவில்லை, தன் கொள்கை களையும் சமுதாய அமைப்பு பற்றியும் படம் பிடித்துக் காட்ட உதவியது எனலாம். இறுதியில் கொள்கை ரீதியாக அரசியல் நிகழ்ச்சி நிரல்களுக்கு மாற்றியமைத்துள்ளன. இவருக்கு மிகவும் இணையான கல்வித்திறன், அறிவுத்திறன் அரசியலில் தட்டி எழுப்பும் ஈடுபாடு ஆகியவற்றை நாம் காரல் மார்க்சிடம் தான் காணமுடிகிறது. காந்திஜி இவருக்கு இணையாகச் சித்திரிக்கப்படலாம். ஆனால் காந்திஜியை இன்று சமுதாய சீர்திருத்தவாதியாக விளக்கி எழுதினா லும் காந்திஜி அவர்களுக்கு அதற்கான நேரமோ, இத்தகைய கவித்துவக் கட்டுரை வடிவில் போர்க்கால மாற்றம் செய்யும் ஈடுபாடோ இல்லை. அதனால் அவருக்குக் கருத்துக்கள் இல்லை என்று வாதிட முன்வரவில்லை. காந்திஜி அவர்கள் தன் கொள்கை முடவுகளை விரிவாக்க முயலவில்லை. ஆனாலும் அவர் அதிகமான குறிப்புக்களை விட்டுச் சென்றுள்ளார். சமூக அறிவியல் என்பது இன்றைய காலக்கட்டத்தில் எதிர்காலத்தையும் நிகழ்காலத்தையும் இணைத்துக் காட்டும் பிரச்சினைகளில் ஆழ்ந்துள்ளது. ஆனால் அம்பேத்கர் வாழ்வில் அறிவுக் கருத்துக்களைத் தேர்ந்து தன்னளவில் ஆய்ந்து அவற்றிற்கு விளக்கங்களையும் தீர்வு காணவல்ல முடிவு களையும் கூறிச் சென்றுள்ளார். இந்த அளவில் பாபாசாகிப் இந்திய சமூகவியலுக்கும் வருங்காலத்தில் அமைக்கப்பட விரும்பும் எக்காலத் திற்கும் பொருந்தும் உலக அமைப்பு குறித்தும் அதிக அளவில் செய்துள்ளார் என்று கூறுவது மிகையாகாது.

3. அரசியல் மற்றும் சட்டக் கொள்கை

திரு. அம்பேத்கர் பொதுவாழ்வில் சிந்தனையிலும், படைப்பிலும் நடைமுறையிலும் அரசியல் மற்றும் சட்டக் கொள்கைகளில் நன்கு உணர்ந்து செயல்பட்டாலும் அடிப்படையில் அரசியல் அல்லது சட்டத்துறையில் அவர் கொள்கையாளர் (மட்டும்) அல்லர். ஆயினும், அவருடைய வாழ்க்கை மற்றும் எண்ணத்தை ஆராயும் மாணாக்கரின் பணி அவருடைய சிதறிய எண்ணங்களைச் சேர்த்துப் பின்பு அரசியல் சார்ந்த மற்றும் சட்டத்திற்குட்பட்ட (அவருடைய) கொள்கையை மீட்டுரு வாக்கம் செய்தல் வேண்டும் என்பதாம். இவையிரண்டும் உண்மையில் பலநிலைகளில் பிரிந்தும் இணைந்தும் காணப்படுவன. அம்பேத்கர் பொதுவுடைமைத் துறையிலோ பொருளாதாரத் துறையிலோ கொள்கையளவில் அதிக ஈடுபாடு கொண்டார் என்று உரிமை கொள்வது மிகையாகாது. எனினும், அவரது ஈடுபாடு அரசியல் கொள்கைகளைவிட அரசியலில்தான் அதிகமாக இருந்தது. நுட்பமான சட்ட இயல்பில் சிறந்தவரானாலும் சட்ட இயல் குறித்து குறிப்பிடத்தக்க அல்லது பெரிய அளவில் கொள்கையை உருவாக்க அவர் முனையவில்லை. மிகவும் சீரியது என்றாலும் தடைக்கட்டோ, பின்னிணைப்போ, ஒதுக்கீடோ இல்லாமல் அவருடைய அரசியல் கொள்கை, சட்டக் கொள்கை ஆகிய இரண்டையும் முற்போக்கானவை என்று பொதுவாக விளக்கிவிடலாம். உண்மையில் போகப் போக நாம் அறியவிருப்பதுபோன்று பெயர் பெற்ற முற்போக்கான மேல் நாட்டுக் கல்விக் கூடங்களில் - அமெரிக்கக் கூட்டாட்சி நாடுகளில் உள்ள கொலம்பிய பல்கலைக்கழகம், லண்டன் பொருளில் மற்றும் அரசியலறிவியல் பள்ளியிலும் சிறப்புடன் குறிக்கத்தக்கவரான ஜான்தேவி போன்ற கல்வியாளர்களிடமிருந்து அவர் கற்றவை இந்தியச் சூழலில் அவருடைய பட்டறிவிற்கும் அறிவாற்றலுக்கும் ஒன்றோடு ஒன்று ஒவ்வாததாக இருந்தன.

நாம் முதலில் அம்பேத்கரின் முற்போக்கான அரசியல் கொள்கைக் கூற்றைத் திருத்தியமைத்து, பிறகு அவர் இந்தியாவின் தனிப்பட்ட அரசியல் சிக்கல்களைக் கையாண்ட முறையைக் காண்போம். ஒரு நாட்டின் முற்போக்குக் கொள்கை என்பது அதன் முழுமையான வரலாறும் அது தன்னகத்தே கொண்ட முரண்பாடுடைய அமைப்பும் ஆகும். ஒப்புக் கொள்ளப்பட்ட சிறப்புடைய முற்போக்குச் சிந்தனை தனி ஒருவரின் தனி உரிமையை மிக உயர்ந்த அரசியல் தகுதியாக வலியுறுத்துகின்றது. மற்றும் அதன் சமுதாயக் கூட்டுறவு ஒப்பந்தக் கொள்கையின் வாயிலாகத் தனியாரின்

இயற்கையான உரிமையை அடிப்படையாகக் கொண்ட ஒப்பந்த இயல்புடைய நிலை வளர்ந்தது. நாடும் அதன் சட்டங்களும், அதன் சட்டப்படியான நிலையை அவற்றின் பெருவாரியான எண்ணிக்கையில் அதிக அளவு மகிழ்ச்சியைப் பெறக்கூடிய சக்தியால் பெறுகிறார்கள் என்ற கருத்து பிந்திய பயனறிமுறையைப் பின்பற்றுவோரால் பெரும் போக்குக் கொள்கைக்கு இணைக்கப்பட்டது. கட்டுப்பாடற்ற ஒரு தொழில் முதலாளித்துவமானது மகளிர் மற்றும் குழந்தைகள் உட்பட தொழிலாளர்களைச் சுரண்டுவதற்கு ஏதுவாயிற்று. பரந்த கொள்கையுடைய நாடு, கொள்கைத் திருத்தத் தாக்குதலின் விளைவால் இயற்கையான உரிமைகளின் பயன் கருதி ஆக்கப்படாத நேர்மையான வாழ்க்கையை மேம்படுத்த சக்தியுள்ளது என்று எடுத்துக்காட்ட முற்பட்டது. இவ்வாறாகப் பரந்த கொள்கையுடைய நாடு சொத்துரிமைக்குக் கட்டுப்பட்ட, தனித்தன்மையுடைய நிலையில் தொடங்கி, தன்னுடைய மக்களின் நலவாழ்வுப் பொறுப்பை ஏற்று, பொருளியல் மற்றும் சமுதாய நடைமுறைகளுக்குப் பெருமளவில் நாட்டில் குறுக்கீடு தேவை என்பதனை உணர்ந்து, முடிவில் வரலாற்றுத் தோற்ற மற்றங்கள் முழுவீச்சுடன் அமைந்த முதல் தரமான கூட்டாட்சி நாடாக அமைவதை நாம் காண்கிறோம்.

ஆனால் மிக அண்மைக் காலத்தில் பரந்த நோக்கமானது புதிய பரந்த கொள்கைகளான நவீனமாக்குவதும் மற்றும் படிப்படியாக வளர்வது என்ற நோக்கில் புதிய பன்மைவாதக் கூற்றாகாத உருமாற்றம் அமைந்துள்ளது. இந்தக் கூற்றில் கருத்துத் தொடர்புள்ள சமுதாயம் என்று கருதப்படுகின்ற குழுக்களிடையே பேரம் செய்தலுக்கும் உறவு பரிமாற்றத்துக்கும் பரந்த நோக்குள்ள நாடு குவியமையமாகக் கருதப்படுகிறது. இவ்வாறாகத் தனித்தன்மையிலிருந்து குழு அடிப்படை கொண்ட அரசியல் மற்றும் கூட்டாண்மைக் குறிக்கோள்களுக்கு நிலைமாற்றம் ஏற்பட்டுள்ளது. அம்பேத்கர் நாட்டின் புதிய பன்மைக் கொள்கையில் அதிக நாட்டம் உடைய வராகக் காணப்படுகிறார். இது வியப்பாக உள்ளது. ஏனெனில் குறிப்பாக இரண்டாவது உலகப் போருக்குப் பின்பும் அமெரிக்க முதலாளித்துவ அடிப்படையிலும் பெரும்போக்கே பன்மை வாதமாகத் திரியும் முன்பே பெரும்போக்காளர் என்ற நிலையை அவர் பெற்றார். ஆனால் இந்த அரசியல் செயல் கருத்து அவருக்கு மனிதப் பண்பாட்டின் குறிக்கோள்களான விடுதலை உரிமை, சமநிலை மற்றும் சகோதரத்துவத்தின் அமைப்பு முறையில் எவ்வகை யாயினும் இயங்குவதாகப்பட்டது. பிரஞ்சுப் புரட்சியாலும் ஐரோப்பியத் தெளிவாற்றலாலும் அவருக்குக் கிடைத்த குறிக்கோளின் குறிப்பைக் கொண்டு ஒரு நாட்டில் முறையான நிலை அதன்

விடுதலை உரிமை, சமநிலை மற்றும் சகோதரத்துவத்தை மதிக்கும் அளவைச் சார்ந்தது என்று அம்பேத்கர் உறுதிகொண்டார். வேறுவிதமாகச் சொல்வதென்றால் நாடு என்ற ஓர் அமைப்பு வந்த பின் (நாடு பிறந்தபின்) அது முக்குணங்களைக் கொண்டதாக அமைக்கப்பட்டு இயக்கப்பட வேண்டும். கொள்கை அளவில் அவர் விடுதலை உரிமையை வற்புறுத்த விழைந்தாலும் நடைமுறையில் சமநிலையையும் சகோதரத்துவத்தையும் வற்புறுத்த அவர் விழைந்தார். இது ஒன்றுக்காக மற்றொன்றைத் தியாகம் செய்ய விரும்பினார் அவர் எனக் கூறுதலாகாது. உண்மையில் அவருடைய கற்பனை நாடு இந்த மூன்றின் நடுநிலைத் தகுதிகளில் இணைவுற்றது. முன்கூட்டியே இந்த மூன்று தகுதிகளுக்குமுள்ள கொள்கையளவில் சரியான சமநிலையை அம்பேத்கர் குறிப்பிடவில்லை. இது அவரின் அறிவுக் கூர்மையாகும். ஏனெனில் எந்தக் கொள்கையிலும் கண்மூடித் தனமான துணிகர முயற்சியில் மனம்போன போக்கில் ஈடுபடலாகாது. அம்பேத்கரின் கூற்றில் ஒரு பரந்த நோக்குள்ள மக்களாட்சி நாடு என்பது இந்த நடைமுறையை ஏற்கும் அரசியல் முறையாகும்.

ஆனால் அந்த நிலையில் ஒரு பரந்த நோக்குள்ள குடியரசானது தனிமைப்படுத்தப்பட்ட வகையன்று. மற்றும் அதன் நடைமுறைத் தோற்றத்திற்குச் சரியான ஒரு சமுதாய சூழ்நிலையும் நாகரிகமும் மதமும் அதற்குத் தேவைகள் அம்பேத்கர், நாடு என்பது உண்மையில் மிக இன்றியமையாத அமைப்பின் மேற்கட்டுமானம் என வாதிடுவார். ஒழுங்கான நடைமுறை என்பது இந்த இன்றியமையாத வகையில் மேற்கட்டுமானம். ஆனால் சமுதாயமோ சமயம் சார்ந்த ஒரு இயல்பான ஒழுங்குமுறையில் அடித்தளத்தின் மீது சார்ந்துள்ளது என்பது இந்த வாதம். பரந்த நோக்குள்ள அரசியல் கொள்கையையே வேரறுப்பதாகும். பெரும்போக்குக் கொள்கை, சமுதாயத்தை விளக்கும் பலவிதமான முரண்பாடான கருத்துக்களுக்கு நடுநிலையாக இருக்கவேண்டிய ஒரு நாட்டினை முன்னதாகக் கொள்கிறது. முற்போக்கு வகையில் ஒரு நாடு அதன் சட்ட ஒழுங்கு முறைக்குட்பட்ட சட்டஞ் சார்ந்தநிலை வழியாகக் குறிப்பிடத்தக்க வகையில் ஒரு நாடு அதன் சட்ட ஒழுங்கு முறைக்குட்பட்ட சட்டஞ் சார்ந்த நிலை வழியாகக் குறிப்பிடத்தக்க வகையில் தன்னாட்சி உரிமை கொண்டதாகக் கொள்ளப்படுகிறது. ஆனால் மார்க்சிய சிந்தனையாளர்களைப் போன்று அம்பேத்கருக்கும் எந்நிலையிலும் எந்த குறிப்பிடத்தக்க அளவிலும் இயல்பான நிலையில் ஒரு நாடு, சமுதாயத்திலிருந்து பிரிந்து தன்னிச்சையாக இயங்க முடியாது. ஆனால் மார்க்சிய சிந்தனையாளர்கள் சமூகம் என்பது பொருளாதாரத்தில் வேரூன்றியுள்ளது என்று கூறியபோதிலும் அம்பேத்கர் தன் தனிவழியில் ‘சமுதாயம்’ என்பது கொள்கை மிகுந்த

அடிப்படை அமைப்பு என்று முறையாக வெளிப்படுத்தியுள்ளார். இது வெபரியன் கருத்து போன்று காணப்படலாம்; ஆனால் அப்படியன்று. இதன் காரணமாக அம்பேத்கர் சமுதாயத்தின் பயன் கருதி பொருளாதார அமைப்பு முறைக்கு வெபரைக் காட்டிலும் அதிக அளவு இன்றியமையாமையைத் தருகிறார். இந்நிலையில் அம்பேத்கர் வெபரைக் காட்டிலும் மார்க்ஸையே சார்ந்திருக்கிறார். எனினும், அம்பேத்கர் அவரது அரசியல் கொள்கையில் மார்க்ஸ், வெபர் இவர்கள் இருவரின் நிலைகளிலிருந்தும் தன்னைவிலக்கிக் கொள்கிறார் என்பதனை அறிந்துகொள்ள வேண்டும்.

அம்பேத்கர் நாட்டின் இயல் பற்றித் தன்னுடைய புலனாகாத ஊகக் கோட்பாட்டில் ஒரு பெரும்போக்காளர். நாட்டின் சர்வாதிகாரக் கருத்துகட்கு வழிகோலும் செயல்முறைகளுக்கு ஒவ்வாததையும் தங்கு தடையற்ற ஆட்சிக் கோட்பாட்டினையும் அவர் ஏற்றுக்கொள்ளவில்லை. தூய நடைமுறை சார்ந்த மற்றும் கருவியாகப் பயன்படுகிற நிலைதான் நாடு என அவர் கருதினார். அவருக்கு நாடு என்பது, "உள்நாட்டுக் குழப்பத்திற்கும் வெளியிலிருந்து வரும் தாக்குதல்களுக்கும் எதிர்ப்பு வழங்கத் திட்டமிடும் அமைப்பே தவிர வேறில்லை."[46] நாடு ஹெகெலியனிலிருந்து உலகில் கடவுள் அம்சமாகப் பிரித்தெடுக்கப்பட்டதோ மனிதத் தொடர்புகளுக்கும் மெய் இயல்புகளுக்கும் அறிவெல்லை கடந்த கருத்துகளைக் கொண்டதோ அல்ல. நாடு மனிதனால் உருவாக்கப்பட்டது. மனித மேம்பாட்டிற்காக நிறுவப்பட்டது. இந்த மனப்போக்கு மார்க்சியம் முற்போக்கு மற்றும் காந்தியம் ஆகிய இவற்றில் அவர்களுக்கும் இவருடைய கொள்கைகட்கும் சில முக்கியமான வேறுபாடுகள் இருந்தபோதிலும் நாட்டின் சூழ்நிலையில் இணைக்கப்பட்ட அடிப்படைச் சூழ்நிலையை அது அணுகுகிறது. மார்க்ஸ் நாட்டையும் சமுதாயத்தையும் உற்பத்தியை அடிப்படையாகக் கொண்டு, வகுப்பு ஆதிக்கத்திற்குட்பட்ட கருவியாகக் கருதியபோது அம்பேத்கர் நாட்டை, ஆதிக்கத்தைப் பொறுத்தவரையில் சமூக ஆதிக்கம் மட்டுமல்லாமல் வகுப்பு ஆதிக்கமில்லாவிட்டாலும் அதைச் சமுதாய அமைப்பின் கருவியாகக் கருதினார். இது ஸ்டாலினிய மார்க்சியப் பழமைவாதத்தால் அடையமுடிந்ததைவிட இந்திய நிலைக்கு ஏற்ப அவருடைய சாதிக் கொள்கைக்குப் பெருமையைச் சரியாக வழங்க அவருக்கு வழி வகுத்தது. பெரும்போக்காளர்களைப் போன்றே நாட்டின் தனித் தன்மைக்கு அவர் உடன்படவில்லை. ஆனால் அவர்களைப் போலன்றி நாட்டைத் தனித்தன்மை மற்றும் குழு நலன்களுக்கு ஒரு கருவியாக்கினார். காந்தியம் மற்றும் மார்க்சியக் கொள்கையடிப்படையில், நாட்டைக் காட்டிலும் சமுதாயம்தான்

உயர்ந்தது என்பதை அவர் ஏற்றுக்கொண்டாலும் மார்க்சிய குறுகிய சமூகச் செயலமைப்பையும் அடிப்படையற்ற நடைமுறைக்கு ஒவ்வாத கற்பனைக் கோட்பாடுகளைக் கொண்ட கிராமஞ்சார்ந்த காந்தியக் குடியாட்சி முறையையும் அவர் மறுத்தார்.

அம்பேத்கர் அவர்களுக்கு நாடு ஒரு தலையாய அமைப்பாக இருந்தாலும் அது சமுதாயம் ஒழுங்குபட்ட நடைமுறை மற்றும் சமுதாய, பொருளாதாரம் மட்டுமன்றி மற்றும் மதக் கோட்பாடு இவைகளிலிருந்து விளங்கும் பலவகை ஆதார அடிப்படைகளின் கட்டுப்பாடுகளுக்கு உட்பட்டதாகும். காந்தியின் ஒத்துழையாமை இயக்கத்தை அது அமைதிக்கேடு என்று நம்பியதால் அவர் அதற்கு உடன்படவில்லை. மக்கள் நாட்டின் ஒழுங்கு அதிகாரத்தில் நம்பிக்கையை இழந்தால் பிறகு நாடு நடைமுறை நாடாகச் செயல்படாது; அது ஒழுங்கீனத்தின் பொய்த் தோற்றமே. காந்திஜி கூறும் ஒத்துழையாமை இயக்கம் சிக்கல் வாய்ந்த சாக்ரடீஸ் கொள்கையான நாடு இயல் திறமுறையில் நல்லது என ஏற்றுக்கொண்டு ஒரு கால கட்டத்தில் நடந்துவிட்ட நிகழ்ச்சியால் அதை உடன்படாமை ஆகும். அம்பேத்கரின் செயல்திறக் கருத்து, இத்தகைய உயர்ந்த ஒழுக்க முடைய அரசியல் நிலைகளை ஊக்குவிக்கவில்லை. அம்பேத்கரின் 'நாடு' என்பது சிறிதும், கருவியாகவும் இருந்தாலும் மார்க்ஸின் பரந்த நோக்குக் கொள்கையை அனுமதிப்பதைவிட மிகப் பயன்தரக் கூடியதும் ஒழுங்கு முறையானதாகும். நாடு மூவகைச் செயல்களைச் செய்து மூவகை இலக்குகளை மேம்படுத்த வேண்டிய நிலைக்கு வந்தது. தனிப்பட்ட செயல்களும் குறிக்கோள்களும் எனப்படுவது நாட்டுக்கு முதலாவதாகும். இந்நிலையில் ஒரு பெரும்போக்கான நாடு ஒவ்வொருவருடைய வாழ்க்கை, தனித்தன்மை, இன்ப நாட்டம், பேச்சுரிமை, சுதந்திரமான மத வாழ்வு இவற்றைக் கொண்டதாகும். அவருடைய கருத்தை வெளிப்படுத்தும் முறை அமெரிக்க அரசியலமைப்பின் உறுதியான பயனைச் சுட்டுவது என்பது குறிப்பிடத்தக்கதாகும். இரண்டாவது, நாடு, இனம், வகுப்பு அல்லது சாதி மற்றும் வேறுவகையான நடைமுறைக்கு ஒவ்வாத குழு வகைகளில் உயர்வு தாழ்வுகளை அகற்றி அல்லது குறைத்து சமுதாயத்திற்குள்ளேயே சமூக, அரசியல் மற்றும் பொருளாதாரத்தில் நியாயம் வழங்க வேண்டப்பட்டது. மேலோட்டமாகப் பரந்த எண்ணப்போக்கில் நீதி செயல்களும் குறிக்கோள்களும் சட்டம் மற்றும் ஒழுக்கச் செயல்களை மறைமுகமாகக் குறிப்பிடுகின்றன. மூன்றாவது, ஆட்சிக்குட் பட்ட ஒவ்வொரு குடிமகனும் தேவைகளிலிருந்தும் அச்சத்திலிருந்தும் விடுதலை அடையச் செய்வது. இவ்வாறு அம்பேத்கருக்கு நாடு என்பது ஒரு வேலைக்காரனாகவும் பொது

நலன்கள், தனியார் நலன்கள் கருதும் கருவியாக உள்ள நிலை வளர இயற்கையிலேயே குடியாட்சி நாடாகும். மாறாக மக்களாட்சியல்லாத எந்த நாடும் நாடல்ல. இந்தச் செயற்பாடுகள் வெளிப்படையாக கூறப்படாவிட்டாலும் இவை மனிதத் தன்மையோடு தானாக இயங்க விருப்பமுள்ள ஒழுக்கத் தத்துவத்தின்மேல் பூசப்பட்ட இனப் பண்புகள் செயலாற்றத் தேவையான அறிவுத்திறனையும் ஆன்மீக விதிமுறைகளையும் உண்டாக்க நாட்டின் செயல்திறன்மீது வற்புறுத்தப்படுகிறது. நீதி மிகுந்த பொதுத் தன்மையளவில் மனிதனுக்குரிய அரசியல் நடவடிக்கையில் உச்சநிலையை அது ஆக்கிப் படைக்கிறது. அது நாட்டின் அமைப்பு முறைக்கு உட்படுத்தப்பட வேண்டும்.

அம்பேத்கரின் அரசியல் கொள்கை இந்த மாற்றங்களை நாட்டின் நம்பிக்கையடிப்படையில் ஏற்பதாகும். இல்லையெனில் அவர் இயல்பான உரிமைக் கோட்பாட்டுக் கருத்தை ஏற்பதாகக் கொள்ளவேண்டும் இவை மனித இனத்தின் உலகளாவிய தன்மையை விளக்கி அவனை மனிதத் தன்மை உடையவன் என்ற விளக்கும் அவனை மனிதத் தன்மை உடையவன் என்று விளக்கும் அரசியல் சார்புக்கு முந்தய உரிமைகளாம். அவை, தனித்தனியாக உள்ளமை யால் ஒருமுகப் படுத்தப்பட்ட சமுதாயமும் நாடும் பொதுக் குறிக்கோள் களுடனும் பொது விதிகளுடனும் தனிப்பட்டோரின் கூட்டு உருவாக அமைகிறது. நாடு இவ்வாறு தங்கள் இயற்கையான உரிமைகளை மேம்படுத்தவும் இந்த உரிமைகளைப் பெறுவதற்கு ஏற்படுத்தப்படும் செயல்முறைகளைக் கொடுக்கவும் மனிதனால் உருவாக்கப்பட்ட ஒரு தீர்வாகக் கருதப்படுகிறது. ஒழுங்கு செய்யப் பெற்ற அரசியல் சமுதாயத்தில் அடங்கிய குழுக்களின் உரிமையைச் சுட்டிக்காட்டும் அளவிற்கு இந்த முற்போக்கு நிலையில் அம்பேத்கர் விலகுகிறார். நாடு சட்டத்தின் துணையுடன் தன்னால் ஏற்கச் செய்யும் கட்டாய நிலைக்குள் இந்த உரிமைகள் நடைமுறையில் வருமாறு பார்த்துக்கொள்ள வேண்டும். எனவே நாடோ தனி ஒருவரோ முழுமையல்ல. இரண்டும் ஒன்றையொன்று கட்டுப்படுத்தி நேர் செய்வதாக ஊகிக்கப் பெறுகிறது. இந்த ஏற்பாடானது எந்தத் தனிப்பட்டவரும் மற்றவரைவிட மேலானவர் என்று கருதப்படாததால் சமத்துவத்தையும் ஏற்பதாகும். ஆனாலும் சமுதாய நீதி என்ற கொள்கையில் நிலைகொண்ட நடைமுறை ஒழுங்கற்ற நிலையை இது மறுக்கவில்லை. உண்மையில் இந்த நிலை சட்ட நடவடிக்கையால் ஏற்றுக்கொள்ளப்பெற்ற முற்போக்கு எண்ணத்திற்கு வழிகோலியது. காந்திஜி ஒழுக்கத்திற்கு முதன்மை வழங்குதல் சமுதாயத்தில் ஒழுக்க அடிப்படையில் இடம் பெற்றுள்ளது என்று கொண்டார். ஆனால் அம்பேத்தர் அதைக் குடியாட்சியால்

ஒருமைப்படுத்தப்பட்ட அரசியல் சமுதாயத்தின் சட்டக் கருவிகளால் இடம்பெறச் செய்தார். ஒரு நாடு தனியாருடைய அல்லது குழுக்களுடைய உரிமைகளை மீறினால் காந்திஜியின் சமுதாயத்தின் உயர்நிலையில் உள்ள ஒழுக்க மேம்பாட்டு அலுவலருக்கு மேல் முறையீடு செய்வார். அம்பேத்கரிடம் இத்தகைய எண்ணமில்லை. அவர் எந்த நிலையையும் நாடு மற்றும் அதன் சட்டத்தில் வரையளவில்தான் தீர்க்கவேண்டும் என்றார். அவர் கட்டுப்படுத்திய சமநிலையான ஒப்புக்கொள்ளப்பெற்ற முற்போக்கு எண்ணத்தை ஈர்த்தல் செயல் ஆட்சித்துறை மற்றும் சட்டமன்றம் என்பன ஒன்றுக்கொன்று கட்டுப்படுத்தும் ஆற்றல்கள். ஆற்றல் ஓரிடத்தில் குவிவதால் செயல்முறை வரையறுத்தல் எளிமையாகின்றது. மற்றும் மறுபடியும் பத்தொன்பதாவது நூற்றண்டில் ஒப்புக் கொள்ளப் பட்ட பெரும்போக்கு அமைப்பைச் சார்ந்து சட்டத்தின் வாயிலாக நியாயம் வழங்கும் பொறுப்பை நீதித்துறைக்கு அம்பேத்கர் திட்டமிட்டுக் குறித்தார். ஆகையால் நீதித்துறை சட்ட அமைப்பின் பாதுகாவலர் என்ற முறையில் நடுனிலை தவறாமலும் சுதந்திரமாகவும் போதுமான அளவு தகுதி வாய்ந்ததாகவும் இருக்க வேண்டியதாயிற்று.

அம்பேத்கரின் சட்டக்கொள்கை அடிப்படையில் முற்போக்குக் கொள்கையில் ஊன்றி நிற்பதாகும். அவர் பிரிட்டிஷ் தொடர்பால் பெற்ற அனுபவ அடிப்படையில் கூறினாலும் சில நிலைகளில் இந்தியாவிற்கு அமெரிக்க அமைப்பு முறை ஒத்திருப்பதாக அவர் கருதினார். எடுத்துக்காட்டாக உரிமைகளின் உண்மையான உட்பொருள் இந்தியாவில் தனிப்பட்ட முறைகளுக்கு ஏற்ப மாற்றி அமைக்கப்படக்கூடுமானாலும் அமெரிக்க வகையில் இந்தியாவுக்கு ஒரு திட்டவட்டமான உரிமைக் கொள்கைக்காக அவர் வாதிட்டார். அவருடைய சட்டக் கொள்கையின்படி நாடு சட்டத்தின் கைப்பாவையாகவும் சட்டப்படைப்பாளராகவும் இரு விதமாகச் சித்தரிக்கப்பட்டது. ஒருபுறம் ஒரு நாடு அரசியல் சட்டத்தின் அடிப்படையில் நிறுவப்பட்டாலொழிய ஒழுங்கானதாக இருக்க முடியாது; அதன் அடிப்படை மக்களின் குடியாட்சி விருப்பமாகும். ஆகவே, நாடு மனம் போனவாறு செயல்பட முடியாது. ஆனால் அரசியல் அமைப்பின் வழி உருவாக்கப்பட்ட அடிப்படைச் சட்டப்படி நாடு செயல்படவேண்டும். ஆனால் ஒருமுறை ஒப்பந்தத் தைச் சார்ந்த இயற்கைச் சட்டத்தின் மீது உருவாக்கப் பட்டால், அது வேறு சட்டங்கள் இயற்ற மக்களாட்சி உரிமையைப் பெறுகிறது. ஆனால் இந்தப் பிந்திய சட்டங்களை இயற்றுகையில் முந்திய அரசியல் நிறுவனத்திற்கும் மக்கள் அவர்களின் குடியாட்சி மனப்பான்மையோ இணைக்கப்பட்ட நடைமுறையில் உள்ள மக்கள் நலத்திற்கும்,

நாடு கட்டுப்படுத்தப்படும். விதிமுறையிலும், சட்டப்படியும் நாடு முதன்மைநிலை உடையதாக இருந்தாலும் இந்த ஆட்சித் தலைமை உரிமை; மக்களாட்சிக்கே முன்னுரிமை வழங்குவதாகும். சட்டம் நாட்டைவிட மேலானது என்றால், இந்த நிலை எவ்வாறு நடைமுறைப்படுத்தப்படும்? இது சட்டத்தின் உட்பொருளை வெளிப்படுத்தும். சட்டப்படியான நீதி, விதிமுறை தகுதியுடைய நீதி மற்றும் நீதித்துறையால் செய்யப்பட வேண்டும்.

நாட்டை ஒரு முழு அரசியல் மற்றும் நீதி சார்ந்து நிலையமாகச் செய்ய அம்பேத்கர் அமெரிக்க அரசியல் அமைப்பின் வழியில் யாவருக்கும் மேலான ஒரு நடுநிலையான சட்டத்தோடு இணைந்த உரிமையை ஏற்று நாட்டின் முன் வைத்தார். முழு ஆதிக்கத்திற்கு எதிர் உத்திரவாதமாகச் செயலாட்சித் துறையைச் சட்டமன்றத்திலிருந்து சிக்கலுக்கு இடமில்லாமல் பிரிக்க வாதாடும்போது அவர் அமெரிக்காவைப் பின்பற்றினார்.

இந்திய விதியமைப்பு

இந்திய நிலையை முதன்மைப்படுத்தி அம்பேத்கரின் அரசியல் பிரதிபலிப்புக்களின் சுருக்கமான கணிப்பு இந்தப் பகுதியில் தரப்படுகின்றது. இது ஏனென்றால் அம்பேத்கர் ஒரு கற்பனைவாதி மட்டுமல்லாமல் அதற்குமேல் ஒரு நடைமுறை அரசியல் ஞானியும், அரசியலமைப்புக் கலைஞரும் ஆவார். தன் வாழ்நாள் முழுவதும் இந்தியாவிற்கு ஒரு சரியான அரசியலமைப்பை உருவாக்கவும் செயல்படுத்தவும் நடைமுறையிலும் தற்செயலாகவும் ஏற்படும் சிக்கல்களைப் பற்றி அவர் தீவிரமாகச் சிந்தித்தார். இந்தப் பணியில் நாட்டின் சமுதாயம், நாகரிகம், வலிமை, தளர்ச்சி ஆகியவை பற்றிய அவருடைய ஆழ்ந்த அறிவாற்றல் அவருக்கு மிகவும் பயன்பட்டது.

இந்திய அரசியலமைப்பை உருவாக்கும் குழுவின் ஒரு தலைசிறந்த தலைவராக அங்கம் வகித்தார் என்பது நன்கு தெரிந்ததே. அரசியலமைப்பு அவையின் நடவடிக்கைகளில் அவருடைய பேச்சுக்களும் வாக்குமூலங்களும் கூட நன்கு அறியப்பட்டனவே. இந்திய அரசியமைப்புச் சட்டம் இறுதியாக வெளிவந்தபோது அது அம்பேத்கரின், எல்லாவிதத் தலைப்புகளிலும் சொந்த எண்ணங்களை முழுமையாக வெளிக்காட்டாமல் அரசியல் அமைப்பு அவையின் கூட்டுக் குழுவின் பணியாக இருந்தது என்று சொல்லுவதுண்மை. உண்மையில் அந்த முடிவில் அவர் தெளிவாக இருந்து தன் சொந்தக் கருத்துக்களை 1946இல் அரசியல் அமைப்பு அவைக்கு அகில இந்திய அட்டவணையில் சேர்க்கப்பெற்ற சாதிகளின் சேர்க்கையின் சார்பு அறிக்கையாக, “மாநிலங்களும் சிறுபான்மையினரும்” என்ற மற்றோர்

ஆதாரச் சான்றினை வெளியிட்டார். ஆனால், முதலில் நாம் மொழிவழி மாநிலங்களின் பிரிவினை மற்றும் சிறுபான்மையினைப் பற்றி அவருடைய எண்ணங்களை நோக்குவோம். ஏனெனில் இவை இந்தியா ஒரு நாடு என்ற அவருடைய பார்வையில் அடங்கும். பிறகு நாம் அரசியலமைப்பு எண்ணங்களிலும் இப்போது நடைமுறையில் உள்ளதற்கு உண்மையில் மாற்று அரசியல் சட்டமாகக் காணப்படும் 'மாநிலங்களும் சிறுபான்மையினரும்' என்பதில் உள்ளிட்ட எண்ணங் களிலும் கருத்தூன்றுவோம்.

1948இல் மொழிவழி மாநிலங்களில் குழுவிடம், 'மகாராட்டிரம் ஒரு மொழிவழி மாநிலம்போல்" என்று தலைப்பிடப்பட்ட ஓர் அடிப்படைச் சான்றை அம்பேத்கர் வழஙகினார். இது இந்திய அரசியல் ஆட்சி முறையில் மொழிவழி மறு அமைப்பு பற்றிய அவருடைய முதல் தெளிவான குரலாகும். இந்த ஆவணத்தில் அம்பேத்கர் மிகுந்த கொள்கை ஆற்றலையும் சொந்தக் கற்பனை ஆற்றலையும் இணைத்து வழங்கியுள்ளார். முதலில் மொழிவழி மாநிலங்கள் வேண்டுமென்போர் "தங்கள் மொழிகளையும் நாகரிகத்தையும் வளர்க்க முழு தங்குதடையற்ற உரிமை"47 மக்களுக்குத் தரப்படல் வேண்டுமென்று எண்ணுகிறார்கள். ஆனால் இந்த எண்ணம், "தனித்தேசியத் தன்மைக்கு வேண்டிய எல்லா மூலப் பகுதிகளும் தங்கள் மாநிலங்களில் உள்ளன. ஆகவே முழு தேசிய உரிமை அளிக்க வேண்டும் என்பதை இது மறைமுகமாகக் குறிக்கிறது. ஆனால் இந்த மொழிவழி மாநில விளக்கம் பெரும்பான்மையினருடையது அல்ல. உண்மையில் சென்னை மாநிலத்தில் சுதந்திரத்திற்கு முந்தய தி.மு.க.வினரால் கொள்ளப்பட்டதும் கொள்கையளவில் இந்தியப் பொதுவுடைமைக் கட்சியினரால் ஆதரிக்கப்பட்டதுமாகிய விளக்கம் இது. பல மொழிவழி இயக்கங்கள் தங்களுடைய வழக்குகளை நாட்டினுள் தன்னாட்சி உரிமை என்ற கொள்கையில் நிறுவினார்கள். இந்தியா பல நாடுகள் உள்ளடங்கிய ஒரு மாநிலம் என்று இந்திய மார்க்சிஸ்டுகளால் தழுவப்பட்ட ஒரு பொதுக் கருத்தை அவர்கள் மறுத்தனர். மொழிவழி மாநில நடைமுறைச் செயலைக் கூட்டரசு நடைமுறைச் செயலுடன் அம்பேத்கர் இணைத்துக் கொண்டார். சரியாக அப்போழ்து அவற்றைத் தகுதி காண்பதன் முன் மத்திய அரசின் மீது மொழிவழி மாநிலங்களின் தாக்கத்தை உற்றுநோக்க வேண்டுமென்று அவர் வாதிடுகின்றார். மத்திய சட்டமன்றம் நாடுகளின் கூட்டாக இருக்கும் என்பது முதல் விளைவு. மற்றும், 'நாங்கள் தனி நாகரிகமுடையவர்கள் ஆகவே சட்ட உரிமைகளி லும் தனி" என்ற உணர்வு நிலையுடன் தனித்தனியான உறுதி அடைந்த நாடுகளின் கூட்டமாக மத்திய அரசு ஆகிவிடும். இது,

மத்திய அரசைச் செயல்பட இயலாமல் செய்துவிடுதாகும்."[48] மேலும் இது இந்திய நாடு சிதறிப்போக வழிவகுக்கும் பெருங் குழப்பத்தையும் சீர்குலைவையும் வருங்காலத்தில் எதிர்நோக்கி இந்தியா ஐரோப்பாவாக முடிவடையும்."[49] இந்த எதிர்மறையான மதிப்பீடுகளுக்கு எதிராக மொழிவழி மாநிலங்கள் ஏற்படுத்துவதால் படிப்படியே தோன்றும் சிறு நன்மைகளை அம்பேத்கர் எண்ணிப் பார்க்கிறார். அவருடைய கூற்று மொழிவழி மாநிலங்களின் ஏற்பாடு, "என்னை மிக உறுதியாகக் கவனிக்குமாறு செய்வது மொழிவழி மாநிலங்கள் கலப்பு மாநிலங்களைவிட குடியாட்சியைத் திறமாகச் செயல்புரியச் செய்யும்"[50] ஒரு மொழிவழி மாநிலம் குடியாட்சிக்கு வேண்டுவனவற்றை வழங்குவதாகும். அதாவது சமுதாய ஓரினத்தன்மை ஒரு கூட்டுப் பண்புடைய சமுதாயத்தில் மக்களாட்சி வெற்றிபெற முடியாததற்குக் காரணம் ஆட்சி உரிமை நடுநிலை தவறாமலும் தகுதியின்படியும் எல்லாருடைய நலனுக்கும் பயன்படுத்தப்படுவதற்கு மாறாக ஒரு சாராரின் செல்வாக்கை வளர்த்துக் கொள்வதற்கும் மற்றொரு சாராருக்குத் தீங்காகவும் செயல்படுவதாலாகும்."[51] இதனால் அந்தச் செய்ல முடிவைத் தள்ளிவைக்க முடியுமா என 1948இல் அம்பேத்கர் வினவுகிறார். முதலில் அப்போதுதிலிருந்த மாநிலங்களில் ஆறு கிழக்குப் பஞ்சாப், ஐக்கிய மாகாணங்கள், பீகார், மேற்கு வங்காளம், அசாம் மற்றும் ஓரிஸ்ஸா ஆகியவை மொழிவழி அமைந்தவை என்பதைக் கருத்தில் கொள்ளுதல் வேண்டும். இந்தச் சிக்கல் மூன்று மாநிலங்களாகிய பம்பாய், சென்னை மற்றும் மத்திய மாநிலங்கள் தொடர்புடையதாகும். ஆகவே, இந்தச் செயல் முடிவைத் தள்ளிவைத்தலின் பயனின்மையை அவர் காண்கிறார். அவற்றை உண்டாக்குவது எளிதான முன்பே உள்ள ஒரு குறிக்கோளைத் தொடர்வதாகும். ஆகவே, இந்தச் செயல் முடிவைத் தள்ளிவைத்தலின் பயனின்மையை அவர் காண்கிறார். அவற்றை உண்டாக்குவது எளிதான முன்பே உள்ள ஒரு குறிக்கோளைத் தொடர்வாகும். இரண்டாவதாக மொழிவழி அல்லாத மாநிலங்களின் நிலைமை கொடுமையானதாக இல்லாவிட்டாலும் வெறுப்பு ஊட்டுவதாகிவிட்டது. உடனே சீர்செய்யாவிடின் இந்தச் செயல் முடிவு வெடிக்கும் தன்மையாகிவிடும். மிகக் கொடுமையானதாகிவிடும். மூன்றாவதாக, இந்தியாவின் புதிய அரசியல் சட்டம் மாநிலங்களுக்கு அதிக அளவில் முடியாட்சி உரிமை வழங்கிற்று; ஆகையால் அவற்றிற்கு ஓரின மக்கள்தொகை இன்றியமையாதது. ஆனால் அவர் இந்தச் செயல் முடிவை செயல்படுத்துவதில் உள்ள இன்னல்களை உணராத அளவு பெருத்த செயல்துறைக் கோட்பாட்டாளராக இருந்தார். அவர் அரசியல் துறைக்கோட்பாடுடைய எட்மண்ட்பர்க்கின் சீடரே. மொழிக்

கொள்கையைத் தள்ளிவைப்பதால் ஏற்படக்கூடிய இந்தியாவின் கூட்டுறவிற்குள்ள பெரிய அச்சத்தைக் கண்டு மாநில ஆட்சிமொழி மத்திய அரசினைப் போலவே இருக்கவேண்டும் என அவர் வாதிடுகின்றார். அவர் புதிரான ஒரு முடிவினை முன்வைக்கின்றார். அதாவது “மொழிவழி மாநிலம் என்பதாக நான் கருதுவது, ஒரு குடியாட்சி அரசு தரக்கூடிய சமுதாய முடிவுகளைப் பெறக்கூடிய தகுதி உள்ள ஒரு மாநிலமாகும். என்னுடைய பார்வையில் ஒரு மொழிவழி மாநிலம் அந்த மாநிலத்தின் மொழி பற்றி ஏதும் செய்வதற்கில்லை.”[52] அம்பேத்கரின் எண்ணத்தில் காணப்படும் நுண்ணிய தன்மையை உற்றுநோக்குதல் வேண்டும். அவர் குறிப்பிடுவது, மொழி இன்றியமையாததுதான். ஆனால் மொழியாக அல்ல, ஆனால் சமுதாய நாகரிக ஓரின மக்களின் அடிப்படையாக, ஒரு மாநிலத்தில் நாகரிக உறவு மொழிவழி அல்லாத வேறு கூறுகளான, பொதுவான வரலாற்று மரபு, சமுதாய வழக்கங்கள் முதலியவற்றால் தொடரப்படுகிறது. அவருடைய பார்வையில் மண்டல மொழியை ஆட்சி மொழியாகப் போற்றிப் பேணுவதும் மொழிவழி மாநிலமாகத் தேசியத் தன்மையுடன் ஆவதும் ஒரு நாடாக விளங்கும் இந்திய கூட்டமைப்பிற்கு இடர் உண்டாக்குகிறது. அவர் இப்போது உள்ளதுபோன்று மத்தியிலும் மாநிலங்களிலும் ஆட்சிமொழியாக ஒரே மொழி அதாவது ஆங்கிலம் இருக்கவேண்டும் என்று பரிந்துரைக்கின்றார். ஆனால் விடுதலைபெற்ற இந்தியாவில் இந்தக் கட்டமைப்பு நிலையை இயக்க மற்றொரு இந்திய மொழி வேண்டுவதாகும்.

மகாராட்டிரத்தை ஒரு தனிமொழி வழி மாநிலமாக மனதில் வைத்துக்கொள்ள வேண்டிய பொதுத் தத்துவத்தை முதன்மைப்படுத்தி, பிறகு தற்போதுள்ள முக்கிய சிக்கலை நோக்குகிறார். ஒரு மொழிவழி மாநிலம் முதலில் வளரக்கூடிய உருவாக இருக்க வேண்டும். அதாவது அதற்குக் குறிப்பிட்ட எல்லை வேண்டும். மக்கள் தொகை அளவு வேண்டும். ஒரே அளவான வருவாய் வேண்டும். புள்ளி விவரங்களைக் காட்டி மகாராட்டிரம் ஒரு வளரக்கூடிய மாநிலம் என்று காட்டுகிறார். பிறகு அவர் அது ஒரு தனியாட்சியாக இருக்கவேண்டுமா? அல்லது இரண்டு துணை மாநிலங்கள் கொண்ட அதாவது பம்பாய் மாகாணத்தில் மராத்தி பேசும் மாவட்டங்கள் கொண்ட ஒன்றும் அப்போதிருந்த மத்திய மாகாணங்களின் மாவட்டங்களும் கொண்ட மற்றொன்றுடன் கூட்டாட்சியாக இருக்க வேண்டும்? என்ற செயல்முடிவை எடுத்துக் கொள்கிறார். இந்த எண்ணம் மொழிவழி மாநிலங்கள் தருக்க முறைக்கே எதிராக இருப்பதால் அதற்கு உடன்படவில்லை. தொல்லை

எதிராக இருப்பதால் அதற்கு உடன்படவில்லை. தொல்லை கொடுக்கிற பம்பாய் நகர் தொடர்பாக வரலாறு பண்பன்றியும் நில அளவு சார்பிலும் மகாராட்டிரமும் பம்பாயும் ஒன்றை ஒன்று சார்ந்துள்ளமையோடு உண்மையிலேயே அவை இணைந்த ஒன்றே என்ற முடிவுக்குவர அவர் சான்று காட்டுகிறார். கடவுளால் பம்பாயும் மகாராட்டிரமும் நன்றாக இணைக்கப்பட்டுள்ளன. ஒரு கிருத்தவ மரபுவழி சொற்றொடரின்படி[54] நேருவால் மொழிவழி மாநிலங்கள் ஏற்படுத்தும் சாத்தியம் பற்றிய விளைவால் அம்பேத்கர் மொழி இயக்கத்தின் சுருக்க வரலாற்றைத் தேடிக் கண்டுபிடித்து அந்தச் சிக்கலுக்கு அவருடைய சொந்த நோக்கை "டைம் ஆப் இந்தியாவில் ஒரு கட்டுரையில் (23 ஏப்ரல் 1953) வழங்கினார். மொழிவழி மாநிலங்களேற்படுத்த அவர் மூன்று கட்டுப்பாடுகளைக் குறிப்பிடுகின்றார்.

பொருளியல் சார்பும் ஆட்சிமுறைச் சார்பும் ஒப்ப வாய்க்கு நிலை முதலாவதாகும். அவற்றில் உள்ள சாதிச் சிறுபான்மை யினரின் சட்டப்படி உரிமை, பெரும்பான்மையினரால் சிதைக்கப் படாமலிருக்குமாறு பார்த்துக் கொள்வது, இரண்டாவதாகும். நாட்டின் கூட்டமைப்பிற்கு ஒரு மொழி ஒரு மாநிலம் என்ற அச்சம் உறுதியாக எதிர்க்கப்படுமாறு பார்த்துக்கொள்வது மூன்றாவதாகும். பொதுவாக இந்த எண்ணத்தைப் பற்றித் தெள்ளத் தெளிவாக மனவருத்தம் உடையவராக அவர் காணப்படுகிறார். எனினும், இந்தத் தலைப்பில் அவருடைய மிக ஆழ்ந்து ஆராய்ந்த கருத்துக்கள், "மொழிவழி மாநிலங்கள் பற்றிய எண்ணங்கள்," "மாநிலங்களின் மறு சீரமைப்புக் குழுவின் அறிக்கையின் மீது ஓர் ஆராய்ச்சிக் கட்டுரை" என்ற கட்டுரைகளில் காணலாம். இவை 1955இல் வெளியிடப் பட்டன. முன்னுரையில் அவர், "மொழிவழி மாநில அமைப்புத் தேவயாயினும் எவ்வகை தவறான போக்கினாலும் அதை உறுதி செய்ய முடியாது- கட்சி நலனைத் தீர்க்கும் என்ற நிலையிலும் கூட அதை உறுதி செய்ய முடியாது. அது உணர்ச்சியற்ற நிலையில் தீர்க்கப்பெறல் வேண்டும். இதைத்தான் நான் செய்துள்ளேன். என்னுடைய வாசகர்களையும் செய்ய வேண்டுகிறேன்.[55] இந்தச் சிறிய உரைச் செய்தி அடுத்தடுத்துப் பதினோர் அத்தியாயங்கள் கொண்ட ஐந்து பாகங்கள் கொண்டுள்ளது. அந்த அறிக்கைக்கு எதிராக முதல் பகுதி அந்த அறிக்கை புதிய மாநிலங்களின் 2 கோடிக்குக் கீழ் ஆறு கோடிக்கு மேல் உள்ள மக்கள்தொகை பற்றிய நோக்கில் எதிர் நோக்குகிறது என்பதாம். அவா இதை, "முதலாவதும் மிகவும் கொடுமையானதுமான தவறு"[56] என்று கூறுகிறார். இரண்டாவது தவறு எளிமையில் காணமுடியாதது. வடக்கு தெற்கு உறவைச்

அரசியல் மற்றும் சட்டக் கொள்கை

சார்ந்தது. அறிக்கையில் இந்த நிலையை, "வடக்கை ஒன்றாக்குவதும் தெற்கை தனிப்படுத்துவது என்று சொல்லுவதோடு அதை "விடம்" அல்லது வேறல்ல என்கிறார்.[57] மண்டல மொழிகள் மாநிலங்களின் ஆட்சி மொழியினால் அது நாட்டைக் கடுமையாக ஆற்றல் இழக்கச் செய்யும் என்பது மூன்றாவது குறியீடு. அது இந்தியாவை ஒரு நாடு என்கிற எண்ணத்தையே அழித்துவிடும் என்று எச்சரிக்கின்றார். நான்காவதாக, மொழிவழி மாநிலங்கள் இரண்டு காரணங்களுக்காகப் பிரிக்கப்படுகின்றன என்று வாதிடுகிறார். மக்களாட்சிக்கு வழி வகுக்கும் இனம் மற்றும் நாகரிகம் பற்றிய மனவேறுபாடுகளை நீக்கவுமாகும்."[58] ஆனால் அது (மாநிலங்களின் சீரமைப்பு) முன்பே சிதைவுறப் பெரிய வாய்ப்புள்ள நாட்டை மேலும் கூறுபோடுமென்றுதான் இவ்வச்சம் தோன்றும். ஒரு மொழி பேசும் எல்லா மக்களும் ஒரு மாநிலத்தை அமைக்க வேண்டும். அல்லது அவர்கள் வெவ்வேறு மாநிலங்களில் வசிக்கலாம். ஆனால் ஒரே மொழியினத்தவராக இருக்க வேண்டும். இந்த இரண்டில் ஒன்றை அவர் குறிப்பிடுகின்றார். அம்பேத்கர், (எஸ்.ஆர்.சி) மாநில மறுசீரமைப்புக் குழு முதலாவது கருத்தின்கீழ் வரும் என்று குறிப்பிடுகின்றார். எனினும் அவர் இரண்டாவது கோட்பாடும் கணக்கில் எடுத்துக்கொள்ளப்பட வேண்டுமென்று எண்ணுகிறார். ஏனெனில், அது கூட்டாட்சி அரசியல் சமநிலையைப் பாதிக்கக்கூடிய ஒரே மொழியுடைய பெரிய மாநிலங்கள் அமைப்பைத் தடுக்கும். கே.எம். பணிக்கரின் கருத்து வேறுபாட்டு அறிவிப்பைச் சுட்டிக்காட்டுகிறார். மத்தியில் வடக்கு முதன்மையானதாக இருக்கும் என்ற அச்சுறுத்தலுக்கும் ஆதலால் தெற்கிற்குப் பாதுகாப்பற்ற உணர்வும் உண்டாகும் என்ற உண்மையை அவர் கருத்தில் கொண்டுள்ளார். மகாராட்டிரம் தொடர்பாக அவர் முதலில் இரட்டைமொழி வழங்கும் பம்பாய் மாநிலம் கலைக்கப்படல் வேண்டும் என்கிறார். ஆனால் அவர் ஒருமொழி மகாராட்டிர மாநிலத்திற்கு எதிராயிருக்கிறார். அவர் மராத்தி பேசும் நான்கு மாநிலங்கள் வேண்டினார்.

1. மகாராஷ்டிர மாநகர மாநிலம் (பம்பாய்)
2. மேற்கு மகாராஷ்டிரம்
3. மத்திய மகாராஷ்டிரம்
4. கிழக்கு மகாராஷ்டிரம்

மகாராட்டிரத்திற்கும் கருநாடகத்திற்கு இடையில் உள்ள எல்லைச் சிக்கல் குறித்து அவரிடம் உள்ள புள்ளி விபரங்கள் எப்படியானாலும் அவர் முதற் கருத்தையே வற்புறுத்துகிறார்.

பெல்காம் வட்டம், மாநகரம், கானாப்பூர் வட்டம், கோடி வட்டம், (நிப்பானி உட்பட) சுப்பா வட்டம், கார்வார் வட்டம் இவற்றை மகாராட்டிரத்துடனோ நான்கில் ஒரு மகாராட்டிர மாநிலத்துடனோ இணைக்க அவர் விரும்பினார். கடைசியாகப் பெரும்பான்மையினர் மற்றும் சிறுபான்மையினர் என்று அவர் கூறும் சிக்கலில் தன் கவனத்தைத் திருப்புகிறார். இந்நிலையில் மொழிவழி மாநிலங்கள் பற்றிய கலந்துரையாடல்களில் வியப்புடையதாக எடுத்துக் கொள்ளப் பெறும், "மனித சமுதாயத் துணைக்கூறு" என்ற துணைக்கூறினை அவர் புகுத்துகிறார். அவர், எந்த அரசியல் திட்டமும் அதனுடைய பொதுவகைத் திட்ட அடிப்படையில் ஒரு சமுதாயத்தின் சமூகக் கட்டுப்பாடு சீர்தூக்கிப் பார்க்கப்பட வேண்டுமென்று கருதுகிறார். இந்தியாவில் இது சாதிமுறையென்று பொருள். "சிந்து நாகரிகம் மற்றும் பண்பாட்டு தனிமையும்"[59] மொழிவழி மாநிலங்கள் அமைத்தல், சிறுபான்மைச் சாதியினைச் சுரண்டுதல், ஆதிக்கம் செலுத்துகிற சாதியையும் உண்டாக்கும். இவை அரசியல் கட்சிகளால் தேர்தல்களில் பெரும்பான்மையைப் போலல்லாமல் நிலையான பெரும்பான்மையுடையன. இந்தச் சிக்கல் காரணமாக அவர்,

1. இட ஒதுக்கீடு
2. தனிவாக்காளர் தொகுதி

ஆகியவற்றைப் பரிந்துரை செய்கிறார்.[60] இந்தக் கட்டுரையில் காணும் கடைசிக் குறிப்பு வடக்கிற்கும் தெற்கிற்கும் உள்ள பிணக்கு, தில்லியை மட்டுமன்றி, தெற்கே ஐதராபாத், செகந்திராபாத், பெல்காம் உட்பட எல்லையில் இரண்டாவது தலைநகரம் வாயிலாகத் தீர்க்கப் படலாம்.

அம்பேத்கர் அரசியல் மற்றும் உட்புறத் தோற்றம் பற்றி நடவடிக்கை மேற்கொள்ளத் தயக்கம் காட்டாத போதிலும் அவர் மொழிவழி மாநிலங்கள் பற்றிய சிக்கலுக்கு ஓர் உண்மையான நடுநிலை வாயந்த அறிவோடுபட்ட கண்ணோட்டம் கொண்டார்.

விடுலைக்கு முன் கண்ட இரண்டாவது முக்கிய நடைமுறைச் செயல் அதன் எதிரொலி இன்றும் முக்கியமே; அது பாகிஸ்தானும் இந்தியாவும் பிரிந்த பிரிவினையாகும். விடுதலை இயக்கத்தில் முக்கிய அங்கம்வகித்த ஒரு நாடு என்ற கருத்தினைக் கொண்ட காங்கிரஸ் கட்சி அதற்குள்ளேயே ராஜாஜியைப் போன்றே பிரிவினைகட்கு ஆதரவு கொடுக்க இசைவுள்ள சிறுபான்மையினர் இருந்தபோதிலும் அந்த எண்ணத்தின்மீது வெறுப்புக் காட்டியது. 1945இல் அம்பேத்கர், "பாகிஸ்தான் அல்லது இந்தியாவின் பிரிவினை" என்ற தலைப்போடு

அந்தச் சிக்கலைக் குறித்து ஒரு பெரிய நூலை எழுதினர். குறிப்பிடத் தக்க அறிவுநலஞ்சார்ந்த பணியாகவும் மறுபடியும் சமமாகக் குறிப்பிடத்தக்க வகையில் உயர் தோற்றம் குன்றாத அரசியல் தொடர்புக்குத் துணையாக இருந்தது. செயல்முறைக்கு ஒவ்வாத உள்நோக்கங்களும் புள்ளி விபரங்களைக் கொண்டதாக உள்ளது. வரலாறு, நாகரிகத்தன்மை சமுதாயச் செய்திக் குறிப்புகளும் அதில் நிறைந்துள்ளன. "பாகிஸ்தான் சிக்கல் ஒவ்வொருவருக்கும் மற்றவரைவிட எனக்கு அதிகமாகத் தலைவலி கொடுத்துள்ளது." தேசியத் தன்மை என்ற அடிப்படையில் தானே முடிவு எடுக்கும் உரிமையுள்ள பகுதியாக அந்தச் செயலை அவர் சரியாகக் கண்டார். மாற்றுக் கருத்தாக ஒரு நாடு அல்லது இரண்டு நாடுகள் தங்களைப் பற்றிய முடிவு, இந்துக்களாலும் முஸ்லீம்களாலும் எடுக்கப்பட வேண்டியதாகும். கூட்டமைப்புடைய இந்தியாவின் மீது ஆதிக்கம் கொண்ட மத்திய அரசு நிறுவ முஸ்லீம் எதிர்ப்புடைய பாகிஸ்தான் மூலகாரணத்தை அவர் விவரித்தார். பாகிஸ்தான் முறையாக ஒரு தனி மாநிலமாகவோ அல்லது உறுதியற்ற ஒரு நாடாகவோ மாநிலத்தில் பதிக்கப்பெற்ற் செயல்திறமுள்ளதாக்கப்பட சலுகை அளிக்கப்பட வேண்டும். இந்துக்கள் கூட அரசுகளுக்கிடையே அல்லது இரு மாநிலங்களுக்கிடையே அவர்களின் போட்டிகளையும் மோதல்களையும் நோக்கின் ஒரு வலிமையான மத்திய அரசு வேண்டமாட்டார்களா என்று அவர் மேலும் கூர்த்த அறிவுடன் வாதாடுகிறார்"[61] அவர் அந்த நூலில் பாகிஸ்தானை ஆதரித்து வாதாடவோ எதிரக்கவோ அல்லாமல் செயல்முறைச் சிக்கலைப் புரிந்துகொள்ளவே எழுதியதாக வற்புறுத்துகிறார். அம்பேத்கரின் நிலையை நோக்குதற்கு முன், 'பாகிஸ்தான்' என்பது கண்கூடாக நிகழ்வதற்கு முன்பே அந்த நூல் எழுதப்பெற்றது என்பதை மனதிற் கொள்ளவேண்டும். முதல் பகுதியில் பாகிஸ்தானுக்காக முஸ்லீம்களின் நிலையை முழுமையாக விவரித்து உண்மையான சட்டஞ்சார்ந்த வாதங்களுடன் விவரமாகக் கொடுக்கப்பட்டுள்ளது. அம்பேத்கர் முஸ்லீம்களின் உரிமைகளை மிக உறுதியான மொழியில் முன்வைத்து முஸ்லீம்கள், "கௌரவம் இல்லாமலும் படிப்பில்லாமலும் வழிமுறைகள் இல்லாமலும் இந்துக்களை விட மோசமாக விடப்பட்டார்கள்" என்று சொல்கிறார். ஆறு நூறு ஆண்டுகளாக முஸ்லீம்கள் இந்துக் களின் மேல் ஆதிக்கம் செலுத்தியவர்களாக இருந்தனர். ஆங்கில ஆதிக்கம் அவர்களை இந்துக்களின் நிலைக்கு இறக்கியது. தலைமை நிலையிலிருந்து சமநிலையடைவதே இழிவுபடுத்தப்போதும். ஆனால் சகக் குடிமகன்களின் நிலைகளிலிருந்து இந்துக்களின் நிலையையடைய மாறுதல் உண்மையிலேயே மானமிழக்கும்படிச்

செய்வதாகும். இந்தப் பொறுக்க முடியாத நிலையிலிருந்து மீளவும் தங்கள் வாழ்வுக்குத் தொல்லையில்லாமலிருக்கும் ஆட்சி இனத்திற்கும் மக்கள் இனத்திற்கும் வேறுபாடு காண இயலாத முஸ்லீம்கள் ஓர் அமைதியான இடம் காண ஒரு தனிநாடு அல்லது மாநிலம் உருவாக்குதல் இயற்கையல்லாததா என்று முஸ்லீம்கள் வினவுகிறார்கள்."[61] ஒருவர் விரும்பக்கூடிய பாகிஸ்தான் நிலையைக் காட்ட இது தேர்ந்தெடுககப்பட்ட மிகுந்த செம்மையான நியாயமான பிரிவினையைத் தூண்டும் வேண்டுகோளாகும்.

இரண்டாவது பகுதியில் அம்பேத்கர் அவர்கள் பாகிஸ்தானுக்கு எதிரான இந்துக்களின் நிலையை விளக்குகின்றார். அதே இணையான கொடிய காரணத்துடன் முன்வைக்கிறார். மூன்றுவித எதிர்ப்புக்களால் அதை விளக்குகிறார்.

1. பாகிஸ்தான் என்பது இந்திய ஒற்றுமையைச் சீர்குலைப்பது.

2. இந்தியாவின் பாதுகாப்பினைப் பலவீனப் படுத்துவது.

3. சாதிச் சிக்கலைத் தீர்க்க அது தவறுகிறது.

முதல் எதிர்ப்புத் தொடர்பாக உண்மையில் இருசாராருக்கு மிடையே உண்மையான ஒற்றுமை இருந்ததில்லை என்பதையும், ஒரே நாட்டு எல்லைக்குள் எதிருணர்ச்சியுள்ள நாட்டினராக அவர்கள் இருந்திருக்கிறார்கள் என்றும் அவர் சுட்டிக் காட்டுகிறார். இது இவ்வாறானால் இல்லாத ஒற்றுமையைக் காட்டுகிறார். இது இவ்வாறானால் இல்லாத ஒற்றுமையைக் காப்பது இயலாது. இந்தியாவிலிருந்து பர்மாவைப் பிரித்ததை வரலாற்று இணைவாகக் கொண்டு, "மேலும் பார்மாவை இந்தியாவிலிருந்து பிரிப்பதை இந்துக்கள் எதிர்க்காதபோது எவ்வாறு இந்தியாவின் எஞ்சிய பகுதிக்கு அரசியலில் பிரிக்கக்கூடிய சமுதாய எதிர்ப்புடைய ஆன்மீகத்தில் வேறுபட்ட பாகிஸ்தான்போல ஒரு நிலப்பரப்பு இந்தியாவிலிருந்து பிரிகக்ப் படுவதை எதிர்க்கமுடியும்"[62] என்று அவர் முடிவெடுக்கிறார். இரண்டாவது மறுப்பு குறித்து, இந்தியாவின் அப்போதைய போராளிகள் பாகிஸ்தானின் நிலப்பரப்பிலிருந்து வந்தவர்கள் என அம்பேத்கர் விளக்குகிறார். பாகிஸ்தானாக மாறும் அந்த நிலப்பரப்பில்லாமல் இந்தியாவின் தற்காப்புப் படைகள் போதுமான தகுதியில் குறைவுபட்டு இருக்கும் என எண்ணலாகுமா? சில மண்டல அலலது இனக் குழுக்களை 'வீர மிக்கவர்' என்று தனிப்படுத்திய குடியேற்றத் தந்திரத்தினால் தற்காப்புப் படைகளின் வளர்ச்சிப் பாங்கு செயற்கையாக உருவாக்கப்பட்டது என்பதை அம்பேத்கர் மறுக்கிறார். எடுத்துக்காட்டாகப் பாகிஸ்தானில் இல்லாத இந்திய

துணைக்கண்டத்திலுள்ள வீரமிக்கவர்களான எந்த இனத்தார்ல போலவும் உள்ள சீக்கியர்களையும் இராசபுத்திரர்களையும் உடையதாக இருக்கும் பாகிஸ்தானுக்குப் பிரிந்துபோகும் செயலால் துணை வலிமையைப் பொறுத்தவரையில் இந்தியா பலவீனமடையாது என்று சுட்டிக்காட்டுகிறார். “இந்தியாவின் மாநிலங்கள் மீது பாகிஸ்தான் மாநிலங்கள் ஓர் இடைவிடாத செலவு அழிவு”[63] என்று அவர் வாதிடுகிறார். உண்மையில் ரூ. 52 கோடியின் பெரும்பகுதி இப்போது இந்து மாகாணங்களால் கொடுக்கப்பெற்று பெரும்பாலும் இந்துக்கள் அல்லாத ஒரு படைக்குச் செலவிடப்படுகீறது”[64] என்று அவர்புள்ளி விவரங்களுடன் காட்டுகிறார். ஆகவே, அதை (பாகிஸ்தான் உருவாவதை) எதிர்ப்பது தங்களுடைய அழிவுக்கு வழிதேடிக் கொள்வதாகும் என அவர் முடிவு செய்கிறார். ஒரு பாதுகாப்பான எல்லையைவிட ஒரு பாதுகாப்பான படை மேல்.”[65] மூன்றாவது எதிர்ப்பு அதாவது சாதி விவகாரம் பாகிஸ்தான் உண்டாக்குவதால் தீராது என்ற கூற்று வலிமையற்றது என்று அம்பேத்கர் காட்டுகிறார். சாதிச் சிக்கலை இந்துஸ்தானத்திற்குள்ளேயே பாகிஸ்தான் முழுமை யாகத் தீர்க்காவிட்டால் அது (பாகிஸ்தான் உண்டாவது) கலவரப் படுத்துவதில் முக்கிய இடம் வகிக்கும் முஸ்லீம்களிடமிருந்து இந்துக் களை விடுவிக்கிறது என்று குறிப்பாக உணர்த்துகிறார்.[66]

ஆகவே, விரிவாகவும் நுணுக்கமாகவும் இந்த விவகாரத்தை அம்பேத்கர் திட்டமிடுகிறார். இந்துக்களுக்கும் முஸ்லீம்களுக்கும் என்னமாற்றுகள் உள்ளன என்ற கேள்விக்குள்ளும் புகுகிறார். மூன்றாவது பாகம் முழுவதும் இந்த நடவடிக்கையை விளக்குவதாகும். முதலில் இந்துக்களுக்கு நிகழக்கூடிய மாறுபாடு பற்றி அவர் முதலில் ஆராய்கிறார். முதலாவதாக அவர்களை இந்துக்களாக மாற்றி முஸ்லீம்களை அடக்கி ஒடுக்கிவிடுவதாகும். மேலும் அது தானாகவே முஸ்லீம் பிரச்சினையை ஒழித்துவிடும். இதைப் பொறுத்தவரை அம்பேத்கரின் கருத்துரை எண்ணிப் பார்க்க முடியாதது. “இந்து மதம் புதுக் கொள்கையை ஏற்கச் செய்யும் மதம் அல்ல”[67] இது சாதி மாற்றும் எண்ணத்திற்கு முரணானது. இரண்டாது மாற்று சவர்க்காருடையது. முஸ்லீம்களை இந்து நாட்டிற்குள் இரண்டாவது நிலையினரான சிறுபான்மையினராக வைப்பது. இது இந்துக்கள் இந்தியா தங்களுக்கு என்று கருதுவதன் அடிப்படையில் அமைவது. இந்நிலை முஸ்லீம்களை ஒரு தனி நாட்டினராகக் குறிப்பிட்ட போதுதிலும் பாகிஸ்தானை மறுப்பது என்ற நிலை முன்னுக்குப்பின் முரணானதாக இல்லையா என்று அம்பேத்கர் கேட்கிறார். பிறகு, அவர், இந்தியத் தேசியத் தன்மை இந்து முஸ்லீம் ஒருமைப் பாட்டைச் சார்ந்தது என்ற காந்திய நிலையை எடுத்துக்கொள்கிறார்.

இதை அம்பேத்கர் மனத்தின் பொறுப்பாக அடையாளங் கண்டு கொள்வதோடு, காந்தி அதற்காகக் கடுமையாக உழைக்கிறார் என்கிறார். முஸ்லீம்கள் இந்துக்களுக்கு எதிராகப் பெரும் குற்றங்கள் செய்தபோதிலும் அவர் (காந்தி) முஸ்லீம்களைக் காரணம் கூறும்படிச் செய்ததில்லை.[68] உண்மையில் அம்பேத்கர் காந்தியை மிக அதிக அளவிலும் தவறாகவும் ஒரு நாடு உண்டாக்கும் அவருடைய ஆர்வ முயற்சியில் முஸ்லீம்கள் பக்கம் இருப்பதாக முழுக்க முழுக்கக் குற்றம் சாட்டுகிறார். 1920லிருந்து 1940 முடிய இந்து முஸ்லீம் உறவினை ஆய்ந்து அம்பேத்கர் அதனை ஒரு கொடுமைமிக்க வன்முறையாகவும் பகைமையாகவும் காண்கிறார். காந்தியின் மாற்று எண்ணத்தை எடைபோடும்போது அம்பேத்கர். "இந்து-முஸ்லீம் ஒற்றுமை ஏற்பட காந்தி அவர்கள் எடுத்துக்கொண்ட கடுமையான முயற்சிகளை இணைத்துக் காணும்போது அந்த ஆவண விளக்கங்கள் மிகுந்த துன்பம் தருபவையாகவும் இதயத்தைக் கிழிக்கும் விளக்க முறையாகவும் உள்ளன. அந்த ஆவணம் இந்தியாவில் இந்துக்களுக்கும் முஸ்லீம்களுக்குமிடையே குறுகிய கால, படைக்கலம் பூண்ட சமாதான இடைவெளியால் குறுக்கிடப்பட்டு நடந்த 20 ஆண்டுகால உள்நாட்டுப் போராகும்."[69] என்று கூறுகிறார். அம்பேத்கரின் இந்த மேற்கோள்களைப் பார்க்கும்போது அவர் முஸ்லீம்களுக்கு எதிர்சாய்வு கொண்டுள்ளார் என்று தவறாக எண்ணக்கூடாது. அவர் செய்ய நினைத்தது வரலாற்றுப் பகைமையின் உண்மையான எல்லை யையும் ஒவ்வாமையையும்தான். இரு கட்சிகள் ஒன்றினைக் குறித்து மற்றொன்று பழியைச் சாடித் தாக்கிப் பார்க்க அன்று.

முஸ்லீம்களைப் பொறுத்தவரையில் அவர்களுக்குப் பாகிஸ்தானைத் தவிர வேறு மாற்று இல்லை. அவர்கள் அதனை ஒருபோதும் விவாதம் செய்யவில்லை. எனினும் ஒரு தேசத்தின் பகுதியாக இருக்க விலையாக அவர்கள் கேட்கக்கூடிய சலுகைகள் பற்றி அம்பேத்கர் ஊகிக்கின்றார். நிகழக்கூடிய பதினான்கு சலுகைகளாவன: தனிவாக்குத் தொகுதிகள் வாயிலாக எல்லாச் சட்ட மன்றங்களிலும் 50 விழுக்காடு உறுப்பினராகும் தன்மை. சட்டம் நிறைவேற்ற ஆட்சித்துறை 50 விழுக்காடு, படைத்துறை சாராத அலுவலர்கள் 50 விழுக்காடு, படைப்பிரிவின் எல்லா நிலைகளிலும் 50 விழுக்காடு, எல்லாப் பொது நிறுவனங்களிலும் 50 விழுக்காடு, பிரதமர், உதவிப்பிரதமர் பதவி. முதற்பெரும்படைத் தலைவர் அல்லது உதவிப் பெரும் படைத் தலைவர் 66 விழுக்காடு முஸ்லீம் சட்டமன்ற உறுப்பினர்களில் விருப்பமில்லாமல் மாநிலங்களின் எல்லைகளை மாற்றக்கூடாது. முஸ்லீம் சட்டமன்ற உறுப்பினர்களில் 60 விழுக்காட்டினரின் விருப்பமின்றி ஒரு முஸ்லீம் நாட்டோடு

உடன்படிக்கை செய்யவோ அல்லது அதன் மீது நடவடிக்கையோ எடுக்கவே கூடாது. இந்திய நாட்டின் மொழியாக உருது மொழி இருக்கவேண்டும். முஸ்லீம் சட்டமன்ற உறுப்பினர்களில் 66 விழுக்காட்டினர் இசைவில்லாமல் பசு வதையைத் தடுக்கவோ வரையறுக்கவோ சட்டம் இயற்றக்கூடாது; அரசியல் சட்டத்தில் முஸ்லீம் சட்டமன்ற உறுப்பினர்களில் 66 விழுக்காட்டினர் இசைவு இல்லாமல் மாறுதல் செய்யக்கூடாது. அம்பேத்கர், "இது கண் மூடித்தனமான கற்பனை அல்ல என்றும் முஸ்லீம் பகுதியினரிட மிருந்து கிடைத்த செய்திக் குறிப்புகளால் நிறுவப்பெற்ற அறிவுள்ள எதிர்பார்ப்பு என்பதுமாம் என்று முடிக்கிறார்."[70] இவை முக்கியமான நோக்கங்கள். மேலும் "இந்துக்கள் இவற்றைக் கவனிக்கத் தவறினால் அவர் தங்கள் பாதுகாப்பிற்காக அவ்வாறு செய்வார்கள்." "முஸ்லீம் கூறும் மாற்று உண்மையிலேயே ஒரு கொடியதும் தீய விளைவுகளைத் தோற்றுவிப்பதுமாகும்."[71]

அம்பேத்கர் இந்தச் சிக்கல் (பிரச்சினை) இரண்டு கோணங்களைக் கொண்டது என்று குறிப்பிடுகின்றார். அவர்களின் தனித்தனி உரிமைகள் தனித்தனிச் சலுகைகளைப் பற்றி ஒன்றுக்கொன்று இணைவு கொண்ட சீரமைப்பு, இசைவு படுத்துதல் நடைமுறையில் தனி ஈடுபாடு மற்றும் அவர்கள் ஒவ்வொருவர் மீதும் இந்தப் பிரிவினையும் முரண்பாடும் புறத் தோற்றப் பயன்களை ஏற்படுத்தும். இதுவரை முதல் கோணத்தை ஆய்வு செய்த அம்பேத்கர், இப்போது நான்காவது பாகத்தின் இரண்டாவது பகுதியைச் சிந்திக்கிறார். இந்தக் கோணத்தை மூன்று வகை வழிகளில் குறைபாடு உண்டாக்குவது என இருதரப்புச் சான்றுகளையும் திரும்ப நினைவிற்குக் கொண்டுவந்து அவர் தொகுத்துரைக்கின்றார். சமுதாயத் தேக்கம், சாதிப் பகைமைத் தொடக்கம், அரசிலமைப்பு நோக்கம் குறித்து நாட்டு மக்களின் விரக்தி. அம்பேத்கர் இந்தக் குறைபாடு பாகிஸ்தானால் தீர்வு காண முடியுமா என்று ஆய்ந்திட முனைகிறார். இந்தியாவில் இந்துக்களுக்கும் முஸ்லீம்களுக்கும் என இருசாராருக்குமே சமுதாயத் தேக்கம் தனிச்சிறப்பு என்று வாதிடுகிறார். இந்துக்களைவிட முஸ்லீம்கள் வலுச்சண்டையை மிக நீண்ட வரலாற்றுடன் அதிகமாகக் காட்டினாலும் இருசாராரும் ஒரு சாரார் மற்றவருக்கு எதிராக வலுச்சண்டையை வளர்க்கிறார்கள் என்ற உண்மையைப் பிறகு அவர் சிந்தித்துப் பார்க்கிறார். ஆனால், இப்போதுதான் இந்துக்கள் வலயத் தாக்கும் தன்மையை ஆரம்பித்திருந்தாலும் இந்தச் செயலில் முஸ்லீம்களை விட அவர்கள் விஞ்சிடுவர் என்று அம்பேத்கர் தொடர்ந்து கூறுகிறார். கடைசியாக அம்பேத்கர் கீழ்க்காணுமாறு சாதிப் பிரச்சினைப் பற்றி ஒரு விரிவான விளக்கம் தருகிறார்.

"பொது சந்திப்பு இல்லை, எதையும் உற்பத்தி செய்ய முடியாது, பங்கேற்கத் தொடர்ந்து காலவட்டமில்லை. வியாபாரத்திற்காகவோ அல்லது கொலைக்காகவோ அவர்கள் சந்திக்கிறார்கள். சமாதானம் உள்ளபோது இந்துக்களின் வட்டாரங்களும் முஸ்லீம்களின் வட்டாரங் களும் இரண்டு அயலவர் குடியிருப்புக்கள் போன்று காணப்படும் போர் அறிவிக்கப்பெற்ற அடுத்த விநாடியே அந்தக் குடியிருப்புக்கள் படைக்கலம் பூண்ட பாசறைகளாக மாறிவிடுகின்றன. சமாதான காலமும் சண்டைக்காலமும் குறுகிய காலக் கூறு உடையவை. ஆனால் இடைக்காலம் தொடர்ந்து உள்ளப் பூசல் உள்ளதாக உள்ளது."[72]

இறுதியில் உள்ள ஐந்தாவது பாகத்தில் அவர் மூனறு வினாக்களை எடுத்துக்கொண்டு விளக்குகிறார். பாகிஸ்தான் வேண்டுமா? பாகிஸ்தான் தொடர்பான பிரச்சனைகளும் தீர்வுகளும் யாவை? பாகிஸ்தான் சிக்கல்களைத் தீர்க்கும் தீர்மானிக்கும் அதிகாரம் யாருக்கு உள்ளது? முதல் வினாவிற்கு அவர் இரண்டு நடைமுறைச் சிக்கலை எழுப்புகிறார். இந்தியாவின் விடுதலைக்கும் இந்திய ஒற்றுமைக்கும் இடையே தேர்ந்தெடுப்பு மற்றும் இரண்டாவது இந்தியாவின் தற்காப்பு. இந்தியாவின் விடுதலை இந்தியாவின் தற்காப்பு ஆகிய இரண்டும் பாகிஸ்தானை எதிர்ப்பின்றி விட்டுக்கொடுக்க இந்துக்களுக்கு அறிவுரை வழங்குகின்றன. முஸ்லீம்கள் அதனைப் பெற்றுக்கொள்ள முடிவு செய்தால் இரண்டாவது வினாவில் அவர் மூன்று சிக்கல்களை இனம் காண்கிறார்.

1. இரண்டு நாடுகள் மாறிலங்களிடையே உடைமைகளையும் கடன் பொறுப்புக்களையும் பிரித்தல்.

2. எல்லைகளை வரையறை செய்தல்.

3. இரு நாடுகளிடையேயுள்ள மாநிலங்களிடையே மக்களின் இடப் பெயர்ச்சி.

முறையாக இரண்டாவது மூன்றாவது சிக்கல்கள் தீர்வடைந்ததன் பிறகுதான் முதல் சிக்கல் தோன்றும் என்று அவர் வாதிடுகிறார். எல்லைச் சிக்கல் குறித்து, அதன் தீர்வு நெறிமுறை பகுத்தறிவின் சார்புடையதாக இருக்க வேண்டும் என்றும் அவர் வாதிடுகிறார். மேலும் அவர் முஸ்லீம் குழுவினரைச் சரியான காரணத்துடன் இணக்கமாய் இருக்குமாறு எச்சரிக்கின்றார். "அந்தக் குழு தன்னுடைய பாகிஸ்தான் கோரிக்கையை ஒழுக்க இயல் அடிப்படையில் அமைவ தாகப் பார்த்துக் கொள்ள வேண்டும்."[73] சிறுபான்மையினரைப் பொறுத்தவரை அவர் இரண்டு தீர்வுகளைக் காண்கிறார். ஒன்று அரசியமைப்புக்குரிய காப்புக் கூறுகள் இரண்டாவது ஆட்சிப்

பரப்பை இடமாற்றம் செய்தல். சரியான தீர்வை நடைமுறைக்கேற்ப ஆய்ந்து பெற்றுக்கொள்ள விட்டுவிடுகிறார். மூன்றாவது வினாவைப் பொறுத்தவரை அம்பேத்கர் நாடாளுமன்றச் சட்டத்தின் வாயிலாகத் தீர்வுகாண ஒரு விளக்கம் கொடுக்கிறார். (இது உண்மையில் ஆங்கிலேயருடையது) - அது இரு வெவ்வேறு பொதுமக்கள் வாக்கெடுப்புக்கள் திட்டத்தை உண்டாக்குகிறது. முதலாவது அவர்களுக்குப் பாகிஸ்தான் வேண்டுமா என்று முடிவெடுக்க முஸ்லீம்களுக்கு மட்டும் வரையறுக்கப்படுகின்றது. இரண்டாவது முஸ்லீம் அல்லாதவர்களுக்கு அவர்கள் பாகிஸ்தானில் இருக்க விரும்புகிறார்களா அல்லது இந்துஸ்தானிலிருக்க விரும்புகிறார்களா என்ற வினாவிற்கு விடையளிப்பது தொடர்பானது. இது அரசியல் பெரும் பான்மையைப் போலல்லாமல், சாதிப் பெரும்பான்மை, சாதிச் சிறுபான்மையினர் மீது ஆட்சி செலுத்த உரிமை இல்லை என்ற கொள்கையை அடியொற்றியது. ஜின்னாவின் வாதத்தை எதிர் நோக்கி, சி. இராசகோபாலாச்சாரியார் நினைவுக் குறிப்பை மிகவும் நம்பத்தகாதது என்று புண்படுத்தும் ஆராய்ச்சிக் கட்டுரையை அம்பேத்கர் முன்வைக்கிறார். பாகிஸ்தான் சிக்கல் குறித்த அம்பேத்கரின் ஆய்வுரைகள் பெருமளவில் நடைமுறை சாராத நுணுக்கங்கள் கொண்ட நுட்பமான விவரங்களுடனும் நுண்ணிய கவனத்துடனும் தற்கால இந்தியாவில் உண்டாக்கப் பட்ட மிக உயர்ந்த விளக்கமாகும்.

பாகிஸ்தான் மற்றும் ஒத்த அளவு பொருத்தமுடைய மாகாணங்கள் பற்றிய விவாதங்களில் மறைமுகமாகக் குறிப்பிடப் பட்டுள்ளதாலும் சிறுபான்மையினர் குறித்து ஏதாவது ஒருவகை யில் இரண்டும் பிணைந்திருப்பதாலும், சிறுபான்மையினர் சிக்கல்களுக்குத் தனியாக ஒரு விளக்கம் தேவையில்லை. மிகக் கண்டிப்பாக நிறைவேற்றப்பட்டாலும் மொழிவழி மாநிலங்கள் மதச் சிறுபான்மையினரை உள்ளடக்கும் பாகிஸ்தானில் இந்துமதச் சிறுபான்மையினர் இந்துஸ்தானில் முஸ்லீம் சிறுபான்மையினர். முற்போக்கு மக்களாட்சித் திட்ட மாணவராகிய அம்பேத்கர் குடியாட்சி ஆட்சி முறையில் பெரும்பான்மையினரின் அடக்குமுறை அச்சம் குறித்து ஜான்ஸ்டுவர்ட்டிடமிருந்து அவர் கற்றுக் கொண்டிருக்க வேண்டும். கூடியவரையில் அவரதுமிக முக்கியமான அரசியல் சார்ந்ததும் அரசியல் அமைப்புக்கு உகந்ததுமான விளக்கமான, "மாநிலங்களும் சிறுபான்மையினரும்" அட்டவணையில் சேர்க்கப்பெற்ற சாதிகளின் பாதுகாப்புக் கூறுக்காக, அறிக்கையாக முதலில் அறிமுகப் படுத்தப்பட்டது. பின் அகில இந்திய அட்டவணையில் சேர்க்கப்பெற்ற சாதிகளின் பாதுகாப்புக் கூறுக்கான அறிக்கையாக முதலில்

அறிமுகம் செய்யப்பெற்ற அகில இந்திய அட்டவணையில் சேர்க்கப்பெற்ற சாதிகளின்கூட்டுச் சார்பாக அரசியல் அமைப்பு அவைக்குப் பணிபுடன் அளிக்கப்பெற்றது. பெரும்பான்மையினரான இந்துக்களைப் பொறுத்தவரை அட்டவணையில் சேர்க்கப்பெற்ற சாதியினரை ஒரு சிறுபான்மையினர் என விவரித்து அவர்கள் ஒரு தனிச் சிறுபான்மையினராக உருவாக்கப்படுவதற்காக, ஒரு தனிவகையான எண்ணப் போக்கில் அவர்களுடைய நிலையை ஒரு சிறுபான்மையினராக மேலும் விளக்குகிறார். இது சிறுபான்மையினராக இருப்பதைக் காட்டிலும் கூடுதலான சுமையுடன் ஒரு சிறுபான்மையினர் என்ற நிலை, அம்பேத்கர் அட்டவணையில் சேர்க்கப்பெற்ற சாதியினர், மற்ற சிறுபான்மையினரைவிட, சமூக பொருளாதாரத்தை முன்னிட்டு நோக்கினும், பண்பு வளத்திலும் கல்விப் பயிற்சியிலும் மிகத் தாழ்ந்த நிலையில் உள்ளார்கள் என்கிறார். பெரும் கொள்கையடிப் படையில் அவர் கருதுவதாவது, முன்னேறிய தற்கால மக்களாட்சிச் சமுதாயங்களின் பெரும்பான்மை - சிறுபான்மைக் கருத்துக்கும் தற்காலத்துக்கு முந்தியவும் ஓரளவு குறைந்த தற்கால மற்றும் மிகுந்த மரபுவழியான சமுதாயத்தின் பெரும்பான்மை சிறுபான்மை பொதுக்கருத்துக்கும் இடையில் அடிப்படை வேறுபாடு உள்ள தென்பதுங்கூட. இந்தியா இரண்டாவது வகையைச் சார்ந்தது. பெரும்பான்மை - சிறுபான்மை இரண்டும் போட்டிக் கட்சிகள். அவை அரசியல் தத்துவத்தைச் சுற்றி, தேர்தலுக்குரிய இயல் நிகழ்ச்சி களைக் குறிக்கின்றன என்று அவர் வாதிடுகிறார். பின்னதில் இந்தக் கருத்துக்கள் சாதி அல்லது சமுதாயம் அல்லது இனத்தின் தனித்துவம் இவை போன்ற அடிப்படையான தோமைக் கூட்ட வகைகளைக் குறிக்கும். இதன் விளைவாகப் பெரும்பான்மையினரும் சிறுபான்மையினரும் நிரந்தரத் தோழமையுடன் நீடிக்கின்றனர். மேலும் இயல்பான தற்காலத் தேர்தலில் பங்கேற்கும் ஒரு மனிதன் ஒரு வாக்குச் சீட்டுத் திட்டத்தை அடிப்படையாகக் கொண்ட குடியாட்சி நிறைவாகாது. அவருடைய பார்வையில் இந்தியாவில், சரியான முறைப்படி அமைந்த தற்காலக் குடியாட்சி அமைதி நிலையானது. அடிப்படையில் குடியாட்சி இல்லாமலும் கல்வியறிவின்றியும் இருந்த, முறையாக அமையாத சமுதாயத்துடன் திட்டமிட்டுச் செய்யப்பெற்ற மோதலாகிறது. ஆகவே, இந்த நிரந்தரச் சிறுபான்மையினருடைய நலன்களைப் பேணத்தனிக்காப்புக் கூறுகள் தரப்பெறல் வேண்டும். இந்தச் சிக்கலுக்கு அவர் கொடுக்கும் தீர்வு சிறுபான்மையினர், அட்டவணையில் சேர்க்கப்பெற்ற சாதியினரைப் போல் அடிப்படை உரிமைகள் சிறுபான்மையினரின் உரிமைகள், மற்றும் அட்டவணையிற் சேர்க்கப் பெற்ற சாதியினர் உரிமையும் கொண்டு ஓர் அரசியல்

விதிமுறை ஏற்படுத்தப்பட வேண்டும். இந்தியா ஒரே ஓர் இனத்தைக் கொண்ட நாடன்று; அதற்குத் தற்காலத்திற்கு ஏற்ற குடியாட்சி ஏற்படுத்தவும் குடியாட்சித் தரத்தை அதிகப்படுத்தவும் ஒப்புக் கொள்ளப்பட்ட குறுகிய நோக்கமற்ற பகுதிகளில் விட்டுக் கொடுக்க வேண்டுமென்றும் அவர் கூறுகிறார்.

முன்பே குறிப்பிட்டதுபோல், "மாநிலங்களும் சிறுபான்மை யினரும்" என்பது அவருடைய குறிக்கத்தக்க அரசியல் நூலாகும். ஏனெனில், அதில் விதிமுறைக்குரிய இந்திய அரசியல் சட்டத்தைக் காட்டிலும் அம்பேத்கரின் மிக உண்மையான அரசியலமைப்பிற்குகந்ததும் அரசியல் கட்சி சார்ந்ததுமாகிய சமுதாயக் கடமைகள் வெளிப்படுவதை ஒருவர் காணலாம். உண்மையில் அந்நூல் அரசியலமைப்புக் குறித்ததோர் பொது விதிகள் கொண்ட நூலாகும். அது 1947இல் வெளியிடப்பெற்றது. மேலும் அதை நமது இந்தியாவின் சரியான அரசியலமைப்புச் சட்டத்திற்கு, "அம்பேத்கர் மாற்று" எனக் காண வேண்டும். தொடக்கப் பகுதியிலேயே, "அம்பேத்கர் அரசியலமைப்புச் சட்டத்தில் ஒரு வேறுபாடு காணக்கூடும். இந்தியா கொண்டிருககும் பல்வகைப் பண்புகளுள்ள மக்கள் தொகையில், ஒரு பலமான கூட்டாட்சி முறையின் இன்றியமையாமையால் இந்தியாவைத் தனித்த 'பாரதம்' அதாவது இந்தியா என்று இல்லாமல் ஒருங்கிணைக்கப் பட்ட இந்தியா"[74] என்ற பெயரால் குறிப்பிட அவர் வலியுறுத்துகிறார். இரண்டாவது இனத்தில் பொருள்களைச் சுரண்டுவதற்கு எதிராகத் தொழிற்சாலைகளை அரசுமயமாக்கவும் அரசு மேற்பார்வையிடவும் வெளிப்படையாக வகை செய்கிறார். அதேயினர், மறுமுறை வேளாண்மை, தொழில்துறை எவ்வாறு செயற்படல் வேண்டும் என்று முடிவு செய்கிறது. அரசு நிலத்தை உடைமையாக்கிக் கொண்டு, திட்ட அளவுள்ள பண்ணைகளாகப் பிரித்து, கூட்டுமுறையில் பயிர் செய்ய அவற்றைக் குடும்பங்களுக்குக் குத்தகைக்கு விட வேண்டும். நிலவுடைமையாளரோ, குத்தகையாளரோ நிலமில்லாத் தொழிலாளியோ"[75] இல்லையென்ற நிலையேற்பட சாதி வேறுபாடு பாராமல் பகிர்ந்தளிக்க வேண்டும். சமுதாய நோக்கை வலியுறுத்திச் சிறுபான்மையினரின் உரிமைகளுக்கும் நலன்களுக்கும் நுட்பமான வகையில் காப்பளிக்க இரண்டாவது பகுதி மூன்றாவது கூறு வழி செய்கிறது. சட்டமன்றத்தில் ஆட்சியிலும் அட்டவணையில் சேர்க்கப் பெற்ற சாதியினருக்கு தனி ஒதுக்கீட்டை வலியுறுத்திப் பகுதி இரண்டின் நான்காவது கூறு நுட்பமான வகையில் விவரமான தனிக் காப்பிற்கு வழிவகுக்கிறது. உண்மையாக நோக்குமிடத்து அரசியல் சட்டம் மூன்று அடிப்படைகளில் சரியான இந்தியச் சட்டத்திலிருந்து மாறுபடுகிறது. முதலில் அது அந்த ஆவணத்தில் வெளிப்படையாக

விளக்கமாகப் பொருளியல் முன்னேற்பாடுகளை அமைக்கின்றது. இரண்டாவதாக அரசியலமைப்புக்குள் சமுதாய முன்னேற்பாடுகளை வெளிப்படையாக விளக்கமாக அமைக்கிறது. மூன்றாவதாகச் சிறுபான்மையினரிலும் அட்டவணையில் சேர்க்கப்பெற்றவரிலும் மிகுந்த இழப்புடைய யோருக்கும் திட்டவட்டமாகவும் தனியாகவும் ஏற்பாடுகளை அமைக்கிறது. சரியான இந்திய அரசியல் சட்டத்தைவிட இது அம்பேத்கரின் அரசியலமைப்பு சட்டம் பொதுவுடைமை நோக்கம் உடையதாகவும் சமத்துவம் கொடுப்பதாகவும் கூட்டாண்மைக் கோட்பாடு உடையதாகவும் உள்ளது. மேலும் அதில் வளமான அமைப்பில் சில அடிப்படைக் கோட்பாடுகளைத் தேவை என்று விட்டுக்கொடுப்பதால் வளமான அமைப்புக் கெடாது பேணப்பெறும் என்ற தன் நுண்ணறிவு திறத்தால் அம்பேத்கர் நிறுவுகின்றார். வேறுவிதமாகக் கூறுவதாயின் இந்தியாவின் வளமான தன்னாட்சியுரிமை, வளமான உள்ளியல்புடன் மோதும் என்றும் வளமான தன்னாட்சியுரிமையை நடைமுறைக்குக் கொண்டுவர ஒழுங்கும் வேண்டும் என்று அம்பேத்கர் வாதாடுகின்றார்.

4. பொருளியல் சிந்தனைகள்

அம்பேத்கர் அடிப்படையிலேயே ஒரு தொழில்முறை பொருளியல் அறிஞர் என்பது முரண்பாட்டிற்குரியது. இத்துறையில் இவரது சாதனைகள் சட்டத்துறையிலும் அதன் நடவடிக்கைகளிலும் அரசியல் மற்றும் அதன் செயல்பாடுகளிலும் சமூக - பண்பாட்டுத் தத்துவங்கள் அதன் பயில்வுகளிலும் தொடர்ந்தன. இத்துறைகளில் அவர் ஈடுபட்டுழைத்ததால், அம்பேத்கரினாலும் அவரது தொழில் முறை பொருளியல் நிலையிலும் நியாயப்படுத்தப் பெற்றது என்பது தான் குறிக்கத்தக்கது. மேலும் இவரது பொருளியல் சிந்தனைகளுக்கு இரண்டாம் நிலை கொடுப்பது முற்றிலும் உண்மைக்குப் புறம்பானது எனலாம் எவ்வாறாயினும் இந்நூல் அம்பேத்கரது வாழ்வு மற்றும் எண்ணங்களைப் பற்றிய ஒரு பொது முன்னுரை என்பதாலும் தற்போதைய ஆசிரியர் ஒரு தொழில்முறை பொருளியலறிஞர் அல்லர் என்பதாலும் அம்பேத்கரது பொருளியல் சிந்தனைகள் பொதுவான மற்றும் தொழில்நுட்பமில்லாத வகையில் இந்த விரிவுரையில் நோக்கப்பெறும். இதற்கு ஓர் எல்லையை வரையறுத்துக் கொள்ளும் பொருட்டு இந்த ஆய்வு, பொருளியல் சிந்தனைகள் பொது நிதியியல், பணக் கொள்கை, சமூகப் பொருளியல் அல்லது சமூகத்தால் வகுக்கப்பெற்று முடிவு செய்யப்பெற்ற பொருளியல் என்ற மூன்று பெருங்கூறுகளில் மேற்கொள்ளப்பெறுகிறது.

பொது நிதி

சராசரி மனிதனைப் பொருத்தவரையில் பொது நிதி எனப் படுவது பொருளாதாரத்தில் அனுபவத்தாலும், பாகுபடுத்தி நோக்கும் பொழுதும் காணப்படும் அரசுப் பொதுக் கொள்கைக்கும் பொருளாதார நிர்வாகத்தால் இக்கொள்கையை ஏற்றுக்கொண்டு அதைச் செயற்படுத்துவதற்கும் இடையேயான தொடர்பு எனப்படும். அம்பேத்கரின் நிதி பற்றிய ஆய்வு சுதந்திர இந்தியாவிற்கு முன்பும், பின்பும் இந்தியாவின் நிதி பற்றிய விவாதங்களுக்கு அப்பால் அவருடைய பெரும்பங்கு பொதுநிதிக்கு என்னவெனில் கொலம்பியா பல்கலைக்கழகத்தில் அவருடைய முதுநிலை கலையியல் பட்டத்திற்கு 1915இல் அளிக்கப்பட்ட (Administration and Rinand of East India Company) "கிழக்கிந்திய நிறுவனத்தின் நிர்வாகமும் நிதியும்" எனும் ஆராய்ச்சிக் கட்டுரையும், "பிரிட்டிஷ் இந்தியாவில் மாநில நிதியமைப்பின் தோற்றம்" எனும் நூலும் (The Evolution of Provincial Finance in British India)[76] ஆகும். இந்நூலுக்குச் சுருக்கமான கருத்தாழமிக்க ஓர் அணிந்துரை கொலம்பியா பல்கலைக்கழகத்தைச் சார்ந்த பேராசிரியர் இ.ஆர். செலிக்மேன் என்பவரால் எழுதப்பட்டது. அம்பேத்கரின்

ஆராய்ச்சிக் கட்டுரையானது ஐந்து இயல்கள் அல்லது பிரிவுகளாகப் பிரிக்கப்பட்டுள்ளது. முதல் இயல் கிழக்கிந்தியக் கம்பெனிகள் ஆட்சி அமைபபு பற்றி ஒரு விரிவான கண்ணோட்டத்தைக் கொடுக்கிறது. அதனுடைய நிர்வாகிகள், இயக்குநர்கள், ஆணையர் குழு இவற்றைப் பற்றிக் கூறுகையில் அவர்களின் பங்கு, அதிகாரம், அவர்களின் கடமைகள் ஆகியவற்றை விரிவாகக் கூறுகிறது. இக்கம்பெனியின் அதிகாரம் முதலில் மூன்று அதிகாரிகளுக்கு மட்டுமே வழங்கப்பட்டது. அவை (வங்காளம், சென்னை, பம்பாய் ஆகிய மூன்று இடங்களில் இருந்த முதன்மை) இவர்களை ஒருங்கிணைத்து ஆளுபவர் வரம்பற்ற வானளாவிய அதிகாரம் கொண்ட ஆளுநராகிய ஜெனரல் ஆனிக். மேலும், சமுதாயப் பணிக்குத் தேர்ந்தெடுக்கப்படுபவர்கள் எப்படி தேர்ந்தெடுககப்படுகிறார்கள், பயிற்சி விதிமுறைகள் இவர் களைப் பற்றிக் கூறப்படுகிறது. இரண்டாவது அத்தியாயம் வர்த்தக நிறுவனமான இக்கம்பெனி எவ்வாறு ஓர் அரசியல் இறையாண்மையைப் பெற்றது என்றும் அதன் நிதி பற்றியும் கூறுகிறது. அம்பேத்கர் இதில், எவ்வாறு கிழக்கிந்திய நிறுவனம் மாநில அரசுக் கூட்டங்களையும் விழாக்களையும் தனது வர்த்தகக் கூட்டங்களாக மாற்றியது என்பதை நயம்பட எடுத்துரைக்கிறார். இதனால் கிழக்கிந்திய நிறுவனத் தின் நிதியும் தனியார் நிதியும் ஒன்றுடன் ஒன்று இணைந்து காணப் பட்டது. அரசு நிதியும் தனியார் நிதியும் தனியார் நிதியும் சேர்ந்த ஒரு கலவையாகக் காட்சியளித்தது.[77] 1814இல்தான் பிரிட்டிஷ் பாராளுமன்றம் நிதித்துறைக்குத் தனியாகவும், வர்த்தகத் துறைக்குத் தனியாகவும் கணக்குகள் காண்பிக்கப்பட வேண்டும் என்ற சட்டத்தை ஆட்சிக்குக் கொண்டுவந்தது. மேலும் அம்பேத்கர் அரசுக்கு வரிமூலம் வரும் வருமானம் பற்றிய விரிவான விளக்கம் அளிக்கின்றார். முதலில் அவர் நில வரி (ஜமீன்தார் முறை, இராயத்வாரி முறை), உப்பு வரி, சுங்க வரி, முத்திரை வரி மற்றும் நாணய வரி ஆகியவற்றிற்கு விரிவான விளக்கமளிக்கின்றார். பின்னர் அவர் தலையாய வரிகளின் புள்ளி விவரங்களை (1792-1856) ஆய்கிறார். அதன் பின் 1800லிருந்து 1857 வரையில் பல்வேறு துறைகளின் கீழ் செய்யப்பட்ட செலவுகளின் புள்ளி விவரங்களை ஆராய்கிறார். ராணுவம், கடன்மீதான வட்டி, சமூகம் மற்றும் அரசியல் வரிகள், சட்டத்திற்கான வரிகள், காவல்துறைக்கான செலவுகள் மற்றும் கட்டட பிற வசதிகளுக்கான வரிகள். மேலும், அவர் காட்டுவது ராணுவத்திற்காக 64.29% முதல் (மிக அதிகம் 1919 - 20) 49.55% வரை (குறைவு 1857) பொதுமக்களுக்கான நிதியில் பாதி ராணுவத்திற்காகச் செலவிடப்பட்டது என்பதாகும். நிறுவனத்தின் நிதி தவறாகப் பயன்படுத்துவதைக் கண்டார்.[78] அம்பேத்கர் பொதுக் கடன் மிக அதிகப்படியாக இருப்பதைக் கணித்தார். இதைத்

தடுக்கப் பாராளுமன்றத்திற்கு ஒரு கட்டாயச் சூழல் ஏற்பட்டது. ஐந்தாவது இறுதி அத்தியாயத்தில் 1858 ஆம் ஆண்டு சட்டம் இயற்றப்பட்டதும் நிறுவனத்தின் சூழ்நிலையை ஆராய்கிறார். ஆர்.சி. டத்திக் கூற்றுக்கு எதிர் கூற்றாகப் பொருத்தமட்டில் ஒரு நல்ல முன்னேற்றமாகும். ஆனால் இந்திய அரசின் வரிகளுக்கோ, அரசிற்கோ எவ்வித இலாபமுமில்லை. இதன்படி இந்திய அரசின் வரிகள் இந்தியாவிற்கு வெளியே இந்தியாவிற்காக அன்றி, சட்டம் அமுல்படுத்தப்பட்டதற்குப் பின்னும் செலவழிக்கப்பட்டன."⁷⁹ முடிவாகத் தனது கருத்தைத் தொகுத்து வழங்குகையில் எள்ளலாக ஒரு கூற்றைக் கூறுகிறார். "இந்தியாவால் இங்கிலாந்திற்குக் கொடுக்கப்பட்ட பங்கானது. இங்கிலாந்துக்காரர்கள் இந்தியாவிற்குக் கொடுத்த பங்கை விட மிக மிக அதிகமாகும். மேலும், கூறவேண்டுமானால் அந்நியரின் பங்கு ஒன்றுமேயில்லை என்று கூறலாம். இரண்டு கூற்றையுமே பொருளாதார கண்ணோட்டத்தில் ஆராய்ந்தால் உண்மை என்று புலப்படும்."⁸⁰ இவ்வெண்ணத்தை இத்துடன் விட்டுவிடாது அம்பேத்கர் வாசகர்களை இந்தியாவின் பொருளாதார இழப்புடன் பொருளாதாரம் நீங்கலாக மற்ற துறைகளில் ஆங்கில ஆட்சியர்களின் பயன்களை வெளிப்படுத்துகிறார்.

அம்பேத்கரின் இரண்டாவது படைப்பான "பிரிட்டிஷ் இந்தியாவின் மாநில நிதியின் தோற்றம்" எனும் நூல் இந்தியாவின் பொது நிதியை விவரிக்கக்கூடிய மிக அழகான ஒரு படைப்பாகும். தனித் தன்மை வாய்ந்த ஆராய்ச்சி நூலான இதில் அம்பேத்கர், இந்த அமைப்பின் தோற்றம் 1. வளர்ச்சி 2. செயல் முறை 3. கடைசியாக இந்திய அரசியல் அமைப்புச் சட்டம் 1919இல் கீழ் இந்த அமைப்பு 4. என்ற வகையில் விவரிக்கின்றார்.

முதல் பகுதியில் பொதுநோக்குடன் ஒருங்கிணைந்த அரசியல் நிறுவனத்தால் 1833இல் துவங்கப்பட்ட ஏகாதிபத்திய அதிகாரம் செய்யும் நிதிக்கு மாறாக ஏற்படுத்தப்பட்ட மகாணா நிதி பற்றி விவரிக்கின்றார். ஏகாதிபத்திய அதிகாரம் செய்யும் நிதி வரலாற்று வழியாகப் பார்க்கையில் பழமை வாய்ந்த பேரரசைச் சார்ந்த நிதியையும் புதிய பொதுநோக்குடன் ஒருங்கிணைந்த அரசியல் ஸ்தாபன நிதியையும் ஒருங்கிணைக்கும் விதமாயத் தோன்றியதாகும். ஆகவேதான், அம்பேத்கர் "மத்திய அதிகாரத்தை மாநிலங்களுக்குப் பகிர்ந்தளிக்கும் நிதி" எனும் சொல்லை எடுத்துவிட்டு "மாகாண நிதி" என்னும் சரியான பொருள்படும் சொல்லை இவ்வொருங்கிணைப்பை உணர்த்த உபயோகப்படுத்த வேண்டும் என வற்புறுத்தினார். இவ்வொருங்கிணைப்பைப் பற்றி அம்பேத்கர் கூறுகையில், "ஏகாதிபத்திய அதிகாரம்" செய்பவர்களின் வெற்றியைக் காணச் சகிக்காது

பொதுநோக்குடையோர் தங்களுக்குக் கொடுக்கப்பட்ட நல்ல ஒரு வாய்ப்பை இழந்துவிட்டார்கள் என்றே கூறவேண்டும். ஏகாதிபத்திய அதிகாரம் செய்யும் அரசின் மீதான அதிகாரம் தூக்கி எறியப்படல் வேண்டும். மாநில மக்கள் பொதுநோக்கு கொண்ட நிதியை அல்லது நிறுவனத்தை ஆதரிக்காது போனால் வேறு வழியின்றி அதையே ஏற்றுக்கொள்ள வேண்டும் என்ற நிலைக்குத் தள்ளப்படுவார்"[81] என்கிறார்.

இரண்டாவது பகுதியில் அவர் இவ்வமைப்பின் வளர்ச்சி முறைகளை மூன்று நிலைகளில் நோக்குகிறார்.

1. அளிக்கப்பட்ட வரவு செலவு கணக்கு பட்டியல்கள் (1871-72 முதல் 1876% வரை). அந்தந்த இடத்திலிருந்து பெறப்பட்டநிதி அவ்விடங்களின் நன்மைக்கே செலவிடப்பட்ட முன்னேற்றத்தை எடுத்துரைக்கிறது.

2. அளிக்கப்பட்ட வருவாய் பற்றிய வரவு செலவு பட்டியல் (1877-78 முதல் 1881 - 82 வரை) மாநில நிர்வாகத்தைப் பற்றி எடுத்தியம்புகின்றது. மேலும்,

3. பகிர்ந்தளிக்கப்பட்ட வருவாய் பற்றிய வரவு செலவு பட்டியல் (1882-83 முதல் 1920-1921 வரை) இரண்டாம் நிலையினில் காணப்படும் முன்னேற்றத்தைக் குறிக்கின்றது.

மூன்றாம் பகுதியில் அம்பேத்கர் மாகாண நிதியின் செயல் முறைகளை விவரிக்கின்றார். இதன் முக்கிய குறிக்கோள் என்னவெனில் "தாறுமாறான வரலாற்றுக் குறிப்பில் காணப்படும் தாறுமாறான நிர்வாகம் - மாகாண நிதக்குச் சீர்திருத்துவதே"[82] ஆகும். மாகாண அரசுகள் எவ்விதநிதி சுதந்திரமுமின்றிச் செயல் படுவதைக் கண்டு அவர் கூறுகையில் அவைகளுக்கு அச்சுதந்திரம் அளிக்கப்படுமேயானால் அவை ஒரு தனி மாநிலமாய், இறையாண்மையுடன் செயல்படும் என்று குறிப்பிடுகின்றார். மாகாண நிதியின் செயல்முறைகளை அவற்றிற்கான விதிகளின் பார்வையில் அம்பேத்கர் ஆராய்கிறார். அவை அந்தந்த அரசின் ஓர் எல்லையை வகுத்திருக்கின்றன. அவர் எவ்வாறு சில விதிகள் நிர்வாக அதிகாரத்தைத் தடைகள் வகுத்திருக்கின்றன என்பதையும், மற்ற விதிகள் எவ்வாறு நிதி நிலைமை அதிகாரத்திற்கு எல்லை வகுத்துள்ளன என்பதையும் சுட்டிக்காட்டுகிறார். இருப்பினும் மாகாண நிதியானது இந்த அமைப்பிற்கும் வரையறைக்குமுட்பட்டு சிறிதுசிறிதாக விரிவடைந்தது. அதை விட இந்திய அரசிற்கான வரி கொடுக்கும் குடிமகனின் எதிர்ப்புக் குரலால் அரசுக் குறிப்பில் மாகாண அரசிற்கான நிதிச் சுதந்திரத்தில் ஒருசில மாற்றங்கள் கொண்டு

வரப்பட்டன. இந்த ஒரு உந்துதலின் விளைவு இந்திய அரசியல் சட்டம் 1919இல் காணப்பட்டது.

இந்தியாவின் நிர்வாக முறையினைப் பற்றி ஆராய்கையில் அதை அம்பேத்கர் ஒரு வெற்று பாராளுமன்ற முறை என்று குறிப்பிடு கின்றார். ஏனெனில் எந்தவொரு பாராளுமன்றச் சட்டத்திற்கான அதிகாரியும் அதில் பங்கு கொள்வில்லை. அம்பேத்கரைப் பொருத்த மட்டில் "இந்திய அதிகாரி உண்மையிலேயே இந்தியாவின் நலன் நீங்கலாக மற்றெல்லாவற்றிலும் சட்டத்தை அப்படியே கடை பிடிக்கும் அலுவலர்."[83] எனக் குறிப்பிடுகின்றார். இவர் தனது அதிகாரத்தை எவ்வாறு பயன்படுத்தினார் என்று சிந்திக்கையில், "இந்திய அதிகாரி முன்னேற்றத்தை உத்தரவுகளுக்கு பலிக்கடாவாக்கினார் என்பதே பதிலாகும்."[84] இதனை விவரிக்க அம்பேத்கர் அவ்வரசின் சட்டங்களைக் கொண்ட பதிவேடுகளை ஆராய்ந்தார். சமூகச் சட்டங்கள் எவ்வாறு எடுத்துக்காட்டப்பட்டுள்ளன என்றால் சமூகக் கொடுமைகள் அல்லது சீர்கேடுகளைத் தயக்கத்துடனும், அச்சத்துட னும் வெளியேற்றுவையாகக் காட்டப்பட்டுள்ளன. அவருடைய வார்த்தைகளில் கூற வேண்டுமானால் "நவீன கால சட்டதிட்டங்களின் படி ஆராய்ந்து ஒரு முடிவிற்கு வரவேண்டு மானால் அந்தக் கொள்கையை ஏற்று நடத்துகின்ற அதிகாரி மாற்றங்களை ஏற்றுக் கொள்ளாத ஒரு பழமைவாதி என்றே குறிப்பிட வேண்டும்."[85] என்கிறார். அரசுப் பதிவேடுகளும் பழமையான மாற்றத்தை விரும்பாத ஒன்றாகக் காட்சியளிக்கிறது. பொருளாதாரத்தைப் பொருத்தவரை அவை விவசாய பெரும் பகுதி மக்களைப் பொருத்தவரையிலும் சரி, தொழிற்சாலைகளில் பணி புரிகிறவர்களைப் பொருத்தமட்டிலும் மிகவும் பின்தங்கியே இருக்கிறது. இதுபோன்றே நிதி முறையும் காட்சியளித்தது. "இதன்நிதி முறை அமைதியையும், சட்டம் மற்றும் ஒழுங்கை நிலைநாட்டவேண்டும் என்ற ஆவலால் மேல் வகுப்பினை ஒதுக்கி பெரும்பகுதியான மக்களுக்கு வரி விதித்தல் என அமைவ தாகச்"[86] சித்தரிக்கின்றார். காந்தியடிகளின் உப்புச் சதியாகிரகத்தின் கண்ணோட்டத்தில் நோக்குகையில் அம்பேத்கரின் உப்பு வரிக்கு எதிரான குரல் சுவை மிகுந்ததாய்க் காட்சியளிக்கிறது. "உப்பு வரி ஒரு நடுநிலைமை இல்லாமையை மட்டும் வெளிப்படுத்தவில்லை, மாறாகப் பெரும்பான்மயான மக்கள் சிறுபானமையான மேல்வர்க்கத்தினருக்கு வரி கொடுத்தலையும் விவரிக்கின்றது."[87] இந்தச் சூழ்நிலையைப் பார்க்கையில் இந்தச் சூழ்நிலையைவிட அதாவது ஏகாதிபத்திய அதிகாரம் கொண்ட மற்றும் ஒரு வகுப்பினரால் அதிகாரம் செலுத்தப் படுகின்றது என விவரிக்கக்கூடிய மார்க்ஸ் கொள்கைக்கு வேறு சிறந்த எடுத்துக்காட்டு இருக்காது. மேலும் கூறுகையில், 1919 ஆம் ஆண்டு

சட்ட ஏற்பாட்டின்படி குறிப்பிடத்தக்க மாகாண தன்னாட்சி எதில் வெளிப்படுத்தப்பபட்டதெனில் "இந்திய அரசிற்குச் சொந்தமான எல்லையானது மத்திய அரசிற்கு என்றும் மாகாண அரசிற்கு என்றும் எல்லை வகுக்கப்பட்டது"[88] எனக் குறிப்பிடுகின்றார்.

இந்தப் பகுதியின் இறுதி இயலில் புதிய பங்கீட்டு முறையைப் பற்றி ஒரு விரிவான விமர்சனத்தை வழங்குகின்றார். "நிர்வாகம் எனப்படுகின்ற ஓர் இயந்திரத்திற்கு நிதியென்னும் முக்கிய எரிபொருளே அடிப்படை" எனத் தொடங்கித் தொடர்ந்து சென்று இந்திய அரசியல் சீர்திருத்தச் சட்டம் 1919 வரை ஒரு விமர்சனக் கண்கொண்டு நோக்குகிறார். முதலில் அவர் புதிதாக இயற்றப்பட்ட சீர்திருத்தச் சட்ட முன்வடிவுகள் அ) சட்டங்கள் ஓரளவிற்கு நிர்வாகத்தில் சரியான நடுநிலை தவறாத நிலையை உருவாக்கும் என உணர்ந்தார். அவரது இரண்டாவது கேள்வி "நிதி பற்றாக்குறையைப் பற்றிதாய் அமைந்தது. இதைப்பற்றி விவாதிக்கையில் இந்திய அரசிற்கு நிதி சேர்க்கும் வண்ணம் இரண்டு முக்கிய வழிகள் இருப்பதை வெளிப்படுத்தினார். அதாவது நிலவரி மற்றும் சுங்கவரி. நிலவரி போதுமான அளவு பயனளிப்பதாய் அமையவில்லை. மீண்டும் இங்கே அவர் அதிகாரிகள் (அ) மக்கள் தங்களுடைய சொந்த நலனுக்காக இவ்வசதியை தவறாகப் பயன்படுத்தும் கீழான நிலையைக் கண்டறிந்தார். மீண்டும் இந்நிலையை அவர் ஏகாதிபத்திய அதிகாரம் செய்யும் நோக்கம் என்றே குறிப்பிடுகின்றார். "இந்திய அரசின் எல்லா கொள்கைகளும், ஆங்கிலேயே உற்பத்தியாளர்களால் சொல்லப்பட்டவை என்பதில் எந்தக் கருத்து வேறுபாடும் இல்லை. இதற்குக் காரணம் தேடி எங்கும் அலையவேண்டியதில்லை. இந்திய அரசின் மாநில அரசுகளுக்கான செயலாளர், இந்திய அரசின் கொள்கைகளைச் செயல்முறைப்படுத்துவதில் எல்லையில்லா அதகாரம் கொண்ட அதிகாரி, தங்களால் உற்பத்தி செய்யப்படுகின்ற பொருட்களின் விலை இந்தியப் பொருட்களின் விலையால் குறைந்து விடக் கூடாது என்ற எண்ணம் கொண்ட ஆங்கில வாக்காளர்களுக்கு இணங்கத் தக்கவராவார்."[89] இவ்வெல்லா முறைகளைப் பற்றிய அம்பேத்கரின் ஆற்றல்மிக்க கூற்றுகளால் அனைத்தும் மேற்குறியிட்டுக் காட்டத்தக்கவை. அனுபவத்தால் தெரிந்து புரிநதுகொண்டு வெளிப்படுத்துகின்ற தன்மைக்கு மட்டு மல்லாது அவை ஏற்படுத்துகின்ற ஆழமான பாதிப்பிற்கும் ஆகும். "இருமணம் கொண்ட அதிகாரிகள், பிரிக்கப்பட்ட பொறுப்புகள், செயல்முறைகளில் உள்ள பிரிவுகள், அதிகாரத்தைத் தனக்கென ஒதுக்கிக் கொள்ளுதல் இவையாவும் ஒரு நல்ல அரசின் அமைப்பிற்கு ஒவ்வாதவையாகும். எங்கு ஒரு நல்ல அரசியல் அமைப்பு இல்லையோ

அங்கு நல்ல நிதி அமைப்பு அமைய வாய்ப்பு இல்லை."[90] இது இந்தியக் காலனியில் பிரிட்டிஷ் ஏற்படுத்திய இருவர் ஆட்சி என்பதன் கொடுமையான சோதனை பற்றி ஒரு நல்விளக்க விமர்சனம் ஆகும்.

ஒரு நாட்டின் பணமுறை சார்ந்த பொருளாதாரம்

இரண்டாவது, பொருளியல் துறையில் இவரின் பொருளாதாரம் பற்றிய கருத்து பணமுறை சார்ந்த பொருளாதாரமாய் அமைந்தது அதில் குறிப்பாகப் பணமுறை சார்ந்த கொள்கையில் இருந்தது. அவருடைய முனைவர் பட்டத்திற்காக லண்டன் பொருளாதாரப் பள்ளியில் பேராசிரியர் எட்வின் காணன் என்பவரின் வழி நடத்தலின் கீழ் அவர் சமர்ப்பித்த ஆராய்ச்சி கட்டுரையும் இதையே வெளிப்படுத்தியது. பிற்காலத்தில் இது ஒரு நூலாகவும் வெளியிடப் பட்டது. ரூபாயின் சிக்கல்களும் அதன் தோற்றமும் தீர்வுகளும் (*The Problem of the RUpee - Its Origin and solution*)[91] எனும் இந்நூல் அவருடைய தாய்தந்தையின் நினைவாக "எனது கல்விக்கு அவர்கள் கொடுத்த தியாகத்திற்காகவும், புத்துணர்ச்சிக்காகவும் நன்றி விசுவாசமாய்" எனக் குறிப்பிட்டுக் காணிக்கையாக்கப்பட்டது. மேலும் அக்கட்டுரை ஒரு புத்துணர்ச்சி தரக்கூடிய லண்டன் பொருளாதாரப் பள்ளியில் (LSE) பேராசிரியரும், அம்பேத்கரின் மேற்பார்வையாளருமான பேராசிரியர் கானல் அவர்களின் முன்னுரையுடன் வெளிவந்தது. ஒரு நல்ல, ஆற்றல் வாய்ந்த ஆசிரியராக, இவர் இரவது மாணவரின் கருத்துக்களுக்கு எதிர்க்கணைகளைத் தொடுத்தார். ஆனால் அம்பேத்கரின் விவாதிக்கக் கூடிய ஆற்றலையும், திறனையும் ஒப்புக்கொண்டார். முன்னுரையில், பேராசிரியர் தனது மாணவரின் துணை வலிமை கொண்டு (பொன்) தங்க நிலைக்குப் பதிலாகத் தங்க-மாற்று நிலைக்கு சார்பாகக் கூறும் ஆதார கூற்றுகளுக்கு முற்றிலும் மாறுபட்டுக் காணப்படுகின்றார். கானனின் பார்வையில் பொன் நிலையானது. பொன் மாற்று நிலையைவிட அதிக சாதகமானதாகத் தோன்றுகிறது. பொன் மாற்று நிலை மிகவும் எளிய நிலையாகக் காட்சியளிக்கவும், பொன் நிலைக்கு மிக சாதகமான நிலை என்னவெனில், "நிர்வாகத்தினருக்கும், சட்டவல்லுநர்களுக்கும் கையாள்வதற்கு மிகவும் கடினமான ஒன்றாகும்"[92] என்பதேயாகும். கானனின் கட்டுரையில் இறுதிப் பகுதி முற்றிலும் மேற்குறியிட்டுக் காட்டப்பட வேண்டிய ஒன்றாகும். "இந்த விவாதம் (பொன்னிலை பற்றி) பொருட்களின் விலைகளைக் கூட்டினால் பலன் கிடைக்கும் என்று வருமானத்தில் ஆதாயத்தையே குறிக்கோளாகக் கொண்டிருக்கும் மக்களின் உள்ளத்திற்கு எந்த முறையீடும் செய்யாது. ஆனால் இதனால் பாதிக்கப்படுகின்ற பெரும்பாலான மக்களின் நிலை குறித்துச் சிந்திக்கின்ற மக்களின் உள்ளத்தைத் தொடும் இந்நிலையில் திடத்துடன் நிலைத்து நிற்கும்

தன்மையே சமுதாயத்தின் நீண்ட நான் பயனுக்கு நல்ல ஒரு கொள்கை யாகும்.”[93]

ஆராய்ச்சி நெறிமுறைப்படி, தனிச் சிறப்புடைய அடிப்படை கோட்பாடுகளைத் தெள்ளத் தெளிவாக எடுத்து வைக்க, வரலாற்றுப் பூர்வமான ஆராய்ச்சி தேவை என உணர்ந்து அவர் மிக அதிக அளவில் வரலாற்றைப் பயன்படுத்துகிறார். மேலும் அவர் வரலாற்றில் மிகவும் நெருக்கடியான கொடுமையான காலமாகிய 1800 முதல் 1893 வரையான காலத்தை மிக நுணுக்கமாக ஆராய்ந்தார். இவ்வாராய்ச்சிக்குப்பின் அவர் எவ்வாறு முதலாவதாக இருநத தங்க நிலை படிப்படியாக மாறி தங்கமாற்று நிலையாக மாறியது என குறிப்பிடுகின்றார். இந்த ஆராய்ச்சிப்பகுதி பெரும்பாலோரின் எண்ணமாகிய இந்திய அரசின் துவக்க முதலே தங்க மாற்று நிலையே இருந்தது என்று எண்ணிய மக்களுக்கு அறிவுக் கண்களைத் திறப்பதாய் அமைந்தது. கோட்பாடுகளைச் சார்ந்த விளக்கப் பகுதியில் கெயின்ஸ் (Keynes) என்பவரின் படைப்பே தனக்கு ஏற்புடைய படைப்பாக மேற்குறியிட்டுக் கூறுகிறார். கெயின்ஸ் படைப்பு, மாற்று முறையின் அறிவியல் தளத்தை ஆராய்ந்தது. அம்பேத்கரும் குறிப்பிட்டுக் கூறுகையில் “அவர் (கெயின்ஸ்) ஆராய்ந்து கொண்டு வந்துள்ள முடிவுகள் எனது முடிவுகளுக்கு முற்றிலும் மாறுபட்டவையாக உள்ளன... இந்த வேறுபாடு எங்கிருந்து வெளிப்படுகிறதென்றால் பேரா. கெயின்ஸால் நிராகரிக்கப்பட்ட ஒரு சில அடிப்படை உண்மைகளிலிருந்தாகும். நாமாக ரூபாயின் பொதுவான வாங்கும் திறனை நிலைப்படுத்தினாலேயொழிய வேறு எதுவும் ரூபாயை ஒரு நிலைப்படுத்த முடியாது. அந்த நிலை நோய் அறிகுறியை மட்டுமே வெளிப்படுத்துமே அன்றி வியாதியை அன்று. ஆனால் என்னுடைய கண்டுபிடிப்பில் ஏதேனும் வெளிப்படுத்தப் படுமாயின் அவை அறிகுறிகளன்று மாறாக நோயே.”[94] தங்கம் மாற்று நிலையை அடித்தளமாகக் கொண்ட காலம் வரை இந்தியச் செலாவணியின் வரலாற்றை ஆராய்ந்தபின் அம்பேத்கர் அதன் நிலைத்தன்மையைப் பற்றி ஆராய்கிறார். நுட்பமான வாக்குவாதங்களும் புள்ளிவிபரங்களும் கொண்ட ஒரு நீண்ட அத்தியாயத்தின் முடிவில் அம்பேத்கர் கூறுகையில் ஓரளவிற்கு நிலைத்தன்மை காணப்படினும், இங்கு மாற்று விலையானது பெரும் வகையில் நிலையில்லாத் தன்மைக்கே சாதகமானதாய் அமைகிறது. ஏனெனில் இம்முறை காணப்படுகின்ற பொதுவான இழப்பிற்குத் தங்க ஈடுகட்டுதலையும் காட்டவில்லை. இந்தத் தங்கமாற்று நிலை இதை ஆதரிக்கின்றது. ஏனெனில், “இதன் தங்க ஒதுக்கீடு, இழப்பைத் தடுத்து நிறுத்தி நிலைத்தன்மையை நிலைநாட்டும் ஒரு கருவி. அதுவே இதுபோன்ற இழப்பிற்கு நேரடி

காரணமாகும்."[95] இவர் மேலும் ஆணித்தரமாகக் கூறுகையில் தற்காலிகமாகக் காணப்படுகின்ற இழப்பற்ற தன்மையை மாற்று நிலையால் ஏற்பட்ட தன்மை என்று தவறாகப் புரிந்து கொள்ளக் கூடாது என்று கூறுகிறார். இயல்முடிவில் இவவாறாக முடிக்கின்றார்: "இதனை ஆழமாக வாசிப்பது மாற்று முறையைப் பற்றிய பாதுகாப்பான ஒரு சான்றுடன், விரைவில் அல்லது சற்று தாமத மாகத் தாங்களே முட்டாள்களின் சொர்க்கத்தில் வாழ விரும்பிச் சென்றவர்கள் போல தோற்றமளிப்பார்கள்."[96] "தங்க நிலக்குத் திரும்பிச் செல்லுதல்" எனும் கடைசி இயலில் தானே சில கேள்வி களை எழுப்பிப் பதிலளிக்கின்றார். இந்த மாற்றுநிலைமுறை ரூபாய்க்குச் சமநிலையான தங்கநிலையை எப்போதும் நிலைநிறுத்தும் திறனுடையதா? அப்படியே திறனுயை தாயினும் அல்லது விட்டு விட்டு வரக்கூடியதாயினும் அதை ஒரு அளவுகோலாகவும், அடிப்படை யாகவும் கொண்டு ஒரு நல்ல பணமுறை சார்ந்த முறையை அமைக்க முடியுமா? இந்த இரண்டாவது கேள்வியைப் பற்றி ஆராய்கையில் பணத்தைப் பயன்படுத்துபவர்களின் ஆர்வம் அப்பணத்தின் மதிப்பு தங்கத்தில் எவ்வளவு என்பதல்ல. ஆனால் பொருள்களில் எவ்வளவு என்பதேயாகும். "மக்களின் நலனுக்குப் போற்றத்தக்க மதிப்புடையது உலோகமோ அதன் பயன்களோ அல்ல. மாறாக நிறைவு தரும் பொருள்களும் பணிகளுமேயாகும். இந்தச் சூழலுக்கு ஏற்று அமைவது போன்று கெயின்ஸ் இந்திய செலவாணிக் குழு 1919ற்கு முன் சமர்ப்பித்த ஆதாரங்களை மேற்குறியிட்டுக் காட்டுகிறார். அரசு செலவாணியைக் கையாளும் விதத்தைத் தீமை எனக் கூறி அம்பேத்கர் இதிலிருந்து எவ்வளவு விடுபடுவது என்பதையும் குறிப்பிடுகின்றார். அரசிடமிருந்து செலவாணியை நிர்வாகம் செய்யும் அதிகாரத்தைக் கைப்பற்ற வேண்டும் என்பதே எண்ணமாக யிருந்தால் மாற்றிக் கொள்ளத்தக்க மாற்றத்தை மட்டும் கொண்டுவந்தால் போதாது. ஏனெனில் "மாற்றத்திற்கிடையேயும் ரூபாயனது நிர்வாகம் செய்யப்பட்ட ரூபாயாகத்தான் இருக்கும்."[97] பின் இதற்கு வழிதான் என்? அம்பேத்கர் தனது பணம் சார்ந்த ஆராய்ச்சியை இவ்வாறு முடிக்கின்றார். "இந்தியச் செலாவணி நிர்வாகத்தில் அரசின் ஈடுபாட்டைத் தடுக்க ஒரே வழி ரூபாய், நாணயங்கள் அச்சிடுவதை தடுப்பதே (அ) நிறுத்துவதேயாகும். இதுவே நமக்கு வேண்டியதாகும். இது விந்தையாகக் காட்சியளிக்கலாம். பாதுகாப்பு என்பது குறிப்பிட்ட அளவுடன் நிரந்தரமாக மாற்ற முடியாத ரூபாய் வெளியிடுவதில் இருக்கிறது."[98]

இந்தியச் செலாவணியில் சீர்திருத்தத்திற்கான தனது எண்ணங் களை 1925இல் இந்திய செலாவணி மற்றும் நிதிக்கான அரசவைக்

குழுவின் முன் அம்பேத்கர் சான்றுகளாகக் கூறியவையாவன:

“1. பொதுமக்களுக்கு எவ்வாறு நாணயம் அடிக்கும் இடம் மூடப்பட்டுள்ளதோ அதுபோல அரசிற்கும் மூடப்பட்டு அதனால் ரூபாய்கள் அடிக்கப்படுவதை நிறுத்துதல்.

2. தங்க நாணயம் அடிக்க ஓர் இடம் திறக்கப்பட்டுத் தரமான தங்க நாணயம் அச்சிடல்.

3. தங்க நாணயத்திற்கும் ரூபாய்க்கும் இடையே ஒரு விகிதத்தை ஏற்படுத்துதல்.

4. ரூபாயைத் தங்கமாகவோ, தங்கத்தை ரூபாயாகவோ மாற்றக் கூடாது. அவையவை தங்களுக்குச் சட்டத்தால் கொடுக்கப்பட்ட விகிதத்தில் இருத்தல் வேண்டும்.”[99]

குழுவுடன் நடந்த கலந்துரையாடலில் கூறுகையில் மீண்டும் தங்க நிலைக்கே செல்லலாம் என்று பரிந்துரை செய்தார். “மாற்றம் செய்யத்தக்க மாற்றத்தின் அடிப்படையில் வெளித்தேவைகளுக்காக மட்டுமல்லாத மாற்றமடைய வேண்டும்” என்பதோடு மட்டுமல்லாமல் அம்மாற்றமானது சரியான முற்றிலும் மாறிய மாற்றமாய் இருக்க வேண்டும்.[100]

அம்பேத்கர் இந்தியாவின் அப்போதைய பிரச்சனையைப் பற்றிய தன்னுடைய கருத்துக்களை “இந்தியச் செலாவணியிலுள்ள தற்போதைய பிரச்சனைகள்” எனும் தலைப்பின்கீழ் தனது கருத்துக் களைக் குறிப்பிடுகின்றார்.[101] இரண்டு முக்கிய கேள்விகளைத் தொடுக் கின்றார்.

1. நம்முடைய கொடுத்து வாங்கலில் நாம் நிலையாய் இருக்க வேண்டுமா?

2. எந்த விகிதத்தில் நாம் நிலையாய் இருக்கவேண்டும்?[102]

முதலில் பறிமாற்றுத் திறவானது வர்த்தகத்தின் நிலையால் தீர்மானிக்கப்படுவதில்லை. மாறாக வாங்கும் திறனால் நிர்ணயிக்கப் படுகிறது என்பதைப் பற்றி விவாதிக்கின்றார். உண்மையில் ரூபாயின் வாங்குந் திறன்தான் வணிக நிலையை நிர்ணயிக்கிறது. மேலும் அவர் இருநாட்டு அந்நிய செலாவணிகளின் மதிப்பு யாருக்கு ஏற்புடையது என்றால் ஒரேநாட்டில் வாங்கி அங்கேயே விற்காத வணிகர்களுக்கேயாகும் என்று குறிப்பிடுகின்றார். ஆனால் அவர் எதை விரும்புகின்றார். ஆனால் அவர் எதை விரும்புகிறார் என்றால், “மாறாத ஒரு பரிமாற்றம்”[103] தேவையென எடுத்துரைக்கின்றார். ஒரு

பொதுநிலையுடன் பகுத்தளிக்கக் கூடிய நிறுவனத்தின் வாயிலாக இரண்டு நாடுகளின் செலாவணியைச் சரியான விகிதத்தில் ஒரே நோக்கில் பகிர்ந்தளித்தலின் மூலமாகப் பரிமாற்றம் ஒரு குறிப்பிட்ட நிலையில் நிலைநிறுத்தப்படலாம்.[104] முதலில் இந்த அளவுக்க கருவியாகத் தங்க நிலை பயன்படுத்தப்பட்டது. ஆனால் நாட்கள் செல்லச்செல்ல இக்கருவியை ஒரே ஒரு நாடு நீங்கலாக மற்றெல்லா நாடுகளிலிருந்தும் விலக்கப்பட்டுவிட்டது. அந்த ஒரு நாடு ஐக்கிய கூட்டமைப்பாகும். இரண்டாவது கேள்வியைப் பற்றி அவர் வாதிடுகையில் எந்த ஒரு விகிதத்தில் நிலைபாய் இருந்தால் நேர்மையாகவும் அனைவருக்கும் நன்மை பயக்கும் விதமாய் அமையுமோ அந்த நிலையே சிறந்தது என்று வாதிடுகின்றார். இதனை அடிப்படையாகக் கொண்டு பரிமாற்றமானது ஒரு ரூபாய்க்கு ஒரு ஷெல்லிங் ஆறு பென்ஸ் என்ற நிலையில் அமைதல் வேண்டும் என்று குறிப்பிடுகின்றார். அவர் ஒரு முக்கியமான கருத்தை வலியுறுத்துகின்றார். அதாவது இருக்கின்ற நிலையில் சீராகப் பழகிக் கொள்வதே புதிய நிலையைத் தேடி அலைவதைவிடச் சிறந்தது என்று குறிப்பிடுகின்றார்.

சமூகப் பொருளாதாரம்

அம்பேத்கர் வெளிப்படையாகக் கூறுகையில் பொருளாதாரத்தின் எல்லாக் கூறுகளும் சமூகம் அல்லது சமுதாய நலனை ஒத்ததாகவே அமையும் எனக் குறிப்பிடுகின்றார். அக்கண்ணோட்டத்தில் நோக்குகை யில் அனைத்துப் பொருளாதாரத்தின் அடிப்படை நோக்கங்களும் சமூக முன்னேற்றமாகவே அமையும். மனித அறிவின் எல்லை மூலம் குணங்கள் பற்றிய ஆய்விற்கு அவர் பெற்ற பயிற்சிகள் அவரைப் பொருளாதாரத்தை அறிவியல் கண் கொண்டு அடிப்படையில் நல்ல இயற்கையான அறிவியல் கண்ணோட்டத்தில் காணத் தூண்டியது.

மனிதாபிமானக் கண்ணோட்டத்தையும் அறிவியல்பூர்வமான பொருளாதாரக் கண்ணோட்டத்தையும் எவ்வாறு அம்பேத்கர் ஒரு கருத்து உருவாக்குதலை ஏற்படுத்தினார்? என்பது ஒரு பெரிய கேள்விக்குறியாகவே உள்ளது. அவர் ஏற்றுக் கொள்கின்ற முடிவும் கூட ஒருதலையற்ற சமுதாய மனித அறிவின் எல்லை வாயிலாகக் குணங்கள் பற்றி ஆராய்வதற்கு உட்பட்டே காணப்படுகின்றன. அம்பேத்கர் அவ்வாறு இவ்விரு துறை கருத்துக்களையும் தொடர்புடுத்து கிறார் என்றால் முதலாவது கருத்து உருவாக்கலை அப்படியே ஆதாரமின்றி ஏற்றுக்கொண்டு, இரண்டாவது கருத்தை அனுபவத்தால் அறியப்படும் கூற்றுக்களைக் கூறுகையில் ஒருவன் அடிப்படையின்றி ஏற்றுக்கொள்ளப்பட்ட கருத்துக்கள் உண்மையிலேயே அனுபவமிக்க

உலகில் சரியெனப்படுவதாகத் தொடர்புபடுத்துகிறார்.

சமுதாயப் பொருளாதாரத்தைப் பற்றி ஆராய்கையில் விவசாயப் பொருளாதாரத்தைப் பற்றி அழுத்தமாகக் கூறுகிறார். காரணம் விவசாயப் பொருளாதாரம் இந்தியாவைப் பொருத்தமட்டில் மிகவும் தேவையான ஒன்று. ஏனெனில், அடிப்படையிலேயே இந்தியா நிலம் (அ) விவசாயத்தை மையமாய்க் கொண்டுள்ளது. அவரைப் பொருத்தமட்டில் சமுதாயம் என்பது பொருளாதாரம் என்பதைவிட மிக அடிப்படையான இனம். ஆகவே, பொருளுள்ள பொருளாதார ஆய்வு. சமுதாய அடிப்படைப் பொருளாதாரத்தை விட்டுவிட்டுப் பெறமுடியாத ஒன்றாகும். இந்தியச் சமுதாயம் சாகுபடி சார்ந்த நிலத்தை மட்டுமல்லாது சாதி பாகுபாடு இருப்பதை யும் சுட்டிக்காட்டிக் கூறுகையில், தீண்டத்தகாதவர்கள் என ஓர் இன மக்கள் மிகவும் பின்னடைந்த நிலையிலேயே அமுக்கி வைக்கப் பட்டதைக் காண்கிறார். இந்தக் கருத்தினை அவர் இந்தியாவில் சிறு முதலாளிகளும் அவர்களின் தீர்வுகளும் எனும் தலைப்பின் கீழ் முதலில் 1918ஆம் ஆண்டு இந்தியன் எகனாமிக் சொஸைட்டி எனும் பத்திரிகையில் கட்டுரையாக எழுதினார். இவை தொகுக்கப்பட்டு அம்பேத்கரின் சொற்பொழிவுகளும், படைப்புகளும் (மடலம் 1) எனும் தலைப்பின் கீழ் வெளியிடப்பட்டது. படைப்பின் துவக்க வரிகள் சமூகப் பொருளாதாரம் என்ன என்பதை வெளிப்படுத்துகின்றன. அதன்படி, "வாழ்க்கை வாழ்வதற்குத் தேவையானவைகளைப் பொருளாதார வழிமுறைகளின் வழியாகப் பெறுவது முக்கியமாகும்"[105] என்பதேயாகும். இது ஓர் எளிமையான கூற்றாயினும் ஆழ்ந்த கருத்தை வலியுறுத்துவதாய் அமைகிறது.

நிகழ்காலப் புள்ளிவிவரங்களைக் குறிப்பிட்டுக்காட்டி இந்தியா, இங்கிலாந்து போலல்லாது பிரான்ஸ் போன்றது, நிலத்தின் மீது சிறிது பிடிப்பே கொண்டுள்ளது என்று கூறுகிறார். பின் இவ்வாறான சூழ்நிலை நன்மையா தீமையா என்ற கேள்வியையும் தொடுக்கிறார். அவற்றுடன் பல தீயவை தொடர்பு உள்ளவையாய் உள்ளன என்று ஏற்றுக் கொண்டு வாதிடுகையில் அத்தீயவைகள் சிறியனவாக மட்டு மின்றி நெருங்கியும் இருந்தால் துவக்கத்திலேயே ஓரளவுக்காவது மட்டுப்படுத்துப் பட்டிருக்கலாம். இந்திய அரசின் உலகிலேயே குறைந்த விவசாயத் தயாரிப்பிற்குக் காரணம் கூறுகையில் நிலங்களின் மீது அரசு கொண்டுள்ள குறைவான பிடிப்பும் ஒருமுகப்படுத்துப் பட்டதாயல்லாமல் அவை, "பல சிறிய நிலத்துண்டுகளாக அங்கொன்றும் இங்கொன்றுமாய் நடுவில் மற்றவர்களின் நிலங்களை உள்ளடக்கி காணப்பட்டன"[107] எனக் கூறுகிறார். மேலும், விவாதிக்கப்படுவது என்னவெனில், நிலப் பிடிப்பானது விரிவாக்கப்பட்டு, ஒருமுகப்படுத்தப்படுமே யானால்

விவசாயத் தயாரிப்பில் முன்னேற்றம் காணப்படும் என்பதில் சந்தேகமேயில்லை. ஒன்றுபடுத்துதல் செயல்முறைத் தடங்களை விதித்த தென்றும் விரிவாக்குதல் கோட்பாடு திட்டம் சார்ந்த தடைகளை ஏற்படுத்தியது எனக்கூறிப்பிடுகின்றார். முதலில் அவர் செயல்முறைத் தடையாகிய ஒன்றுபடுத்தலை விவாதத்திற்கு எடுத்துக் கொண்டு இரண்டு சிறிய கூற்றுகளாகக் கூறுகிறார்.

1. சிறிய, பரந்து கிடக்கின்ற நிலங்களை எவ்வாறு ஒருங்கிணைப்பது என்றும்,

2. புதிய ஒன்றுபடுத்தப்பட்ட நிலத்தின் மீது எவ்வாறு பிடிப்பை ஏற்படுத்திக்கொள்வது என்பதாகும்.

ஒன்றுபடுத்துதல் அனைத்து நிலங்களையும் மக்களிடமிருந்து கட்டாயமாகப் பெறுதலை உள்ளடக்கியதாய் உள்ளது. இதனை அம்பேத்கர் இரண்டு வெவ்வேறு நிலைகளில் கையாளலாம் என எடுத்துரைக்கின்றார்.

1. ‘பொருளாதார அலகு’ என்ற கொள்கை.

2. உண்மையான உரிமை பாராட்டும் கொள்கையாகும்.

பரோடா குழுவைத் தொடர்ந்தும், பேரா.எச்.எஸ். ஜெயான்ஸ்ஐத் தொடர்ந்தும் அம்பேத்கர் ஒன்றுபடுத்துதலின் இரண்டாம் கொள்கையை ஏற்றுக் கொண்டார். ஏனெனில் அது அதிக நியாயத் தையும் குறைந்த கட்டாயத்தையும் கொண்டதாய் அமைந்துள்ளது. ஒன்றுபடுத்தப்பட்ட நிலம் என்றும் தொடர்ந்து இருக்கச் செய்தல் மாகாண சட்டத்திற்குரியதாகும். இவ்விடத்தில் அம்பேத்கர் எவ்வாறு பொருளாதாரமும் சமுதாய அமைப்பும் ஒன்றை ஒன்று சார்ந்துள்ளது, எப்போது எதனில் ஒன்றுபடுத்துதல் இந்து முஸ்லீம் வம்சாவழிச் சட்டம் உடைக்கப்படும்போது இந்தச் சட்டம் அமுல் படுத்தப்படுமாயின் இது மீண்டும் ஒன்றுபட்டதைப் பிரித்துப் பழைய நிலைக்குத் திரும்பத் தள்ளிவிடும். ஆகவே, சமுதாய-சட்ட முறையில் ஒரு மாற்றம் கட்டாயமாகத் தேவைப்பட்டது. இதற்கு ஒரே மாற்று என்னவெனில் ஒரு குறிப்பிட்ட ‘பொருளாதார’ப் பிரிவிற்கு அப்பால் வம்சாவழி வந்த அசையா சொத்துக்களைப் பிரித்தலுக்கு எதிராகச் சட்டம் இயற்றப்படுவதேயாகும். இந்தப் பிரச்சனையை எவ்வாறு எதிர்கொள்ளலாம் என்ற முறையீடுகளை விமர்சனம் செய்கையில் அம்பேத்கர் அவர்கள் ஒன்றுபடுத்துதலின் இருவகை வெளியீடுகளையும் ஒருமைப்படுத்துதல் தனியான சிறு சிக்கல் என்பதை நிலைநிறுத்தி நோக்கத் தவறிவிட்டார்கள் என விவாதிக்கின்றார். இது ஒன்றுபடுத்துதல் தேவை என்று கூறுவதோடு

நில்லாமல் நிலத்தின் மீதுள்ள பிடியை விரிவாக்கவும் எண்ணும் என்று குறிப்பிடுகிறார். வேறு வகையில் கூறவேண்டுமாயின் நிலத்தின் மீதுள்ள பிடிப்பானது அதிகமாக இருந்தால் மட்டும் போதாது. பொருளாதாரத்திலும் சிறந்து ஏற்றதாக அமையவேண்டும்.

எது பொருளாதாரப் பிடிப்பை ஏற்படுத்துகின்றது என்ற கேள்வியால் ஈர்க்கப்பட்டுச் சிந்திக்கையில் அவர் தற்போதுள்ள எண்ணங்களையும் ஏற்றுக்கொண்டு ஆராய்கையில் அவை பெரும்பாலும் "பயன்படுத்தித் தீர்த்தல்" என்ற எண்ணத்தையே கொண்டுள்ளன. அவை முற்றிலும் தயாரித்தலை" ஒதுக்கிவிட்டன எனக் குறிப்பிடுகின்றார். மேலும் "இங்கேதான் அவர்களுடைய தவறு வெளிப்படுகின்றது. ஏனெனில் பயன்படுத்தித் தீர்த்தலால் நாம் பொருளாதாரப் பிடிப்பு பற்றிய சர்ச்சையில் ஒரு நிலையான தீர்ப்பிற்கு வரவியலாது"[107] என்று கூறுகிறார். கோட்பாடுகளின்படி அம்பேத்கர் விவசாயத்தை ஒரு பொருளாதார நிறுவனமாக மதிக்க வேண்டும் என விரும்பினார். இச் சூழலில் பெரிதும் குறிப்பிடத்தக்கவை நிலப்பிடிப்பின் அளவு அல்ல. மாறாக அதன் விளைச்சலும் உற்பத்தித் திறனுமாகும். அளவு இல்லையேல் வேறு எதுதான் அடிப்படைத் தேவை? அவரைப் பொருத்தமட்டில் மிகவும் சிக்கலானது என்னவெனில் இச்செயல்பாட்டில் பங்குகொள்ளும் விளைச்சலுக்கான காரணங்கள் ஒன்றுசேர்ந்து பெரும் பயனைத் தரக்கூடிய முடிவைத் தரவேண்டியவையாய் உள்ளன. அவருடைய வார்த்தைகளில் "ஒரு பொருளாதாரப் பிடிப்பு," ஒரு வெற்றுக் கொள்கையாயில்லாதிருப்பின், நில ஒருங்கிணைப்பு, முதல் தொழில் முதலியவையே சரியான விகிதத்தில் (*Prorate*) பங்களித்தல் என எல்லா இணைப்பிலும் போக எஞ்சியவை அதிகமாயுள்ளது."[108] அம்பேத்கர் மேலும் கூறுகையில் இந்த எண்ணம் ஏற்கனவே இந்தியாவில் பம்பாயைத் தலைமையாகக் கொண்டு ஆட்சி நடந்த காலத்தில் (1840) நிலஅளவை மற்றும் நிர்ணயம் செய்தல் முறையின்படி நடைமுறைப்படுத்தப்பட்டது.

தொழிற்சாலை முதலாளித்துவ பொருளாதாரத்தைப் பற்றிய தனது நவின கருத்துக்களை வெளிப்படுத்துகையில், ஓரளவிற்குத் தூய்மையான பொருளாதாரப் பின்னணியில் அம்பேத்கர் முடிக்கின்ற சூழ்நிலையில் சொல்கிறார். "அமெரிக்கா போன்ற நாடுகள் விவசாய நாடாகத் துவங்கி முன்னேறி தொழில்நுட்ப நாடாக மாறுகையில், இந்தியா படிப்படியாகக் கீழிறங்கி நாகரிகமற்ற தன்மைக்கு மாறி, தனது கிராமிய மக்கட் தொகையையும் தேவைக்கு அதிகமாகப் பெருக்கிக் கொண்டுள்ளது. எவ்வளவு விரைவில் நாம் இந்த அச்சுறுத்தும் நிலையை எதிர்த்து முன்னேறுகிறோமோ, அவ்வளவிற்கு

நலம் பயக்கும். நம் நாட்டின் மீது பற்று கொண்ட வல்லுனர்களின் கூற்றுகளுக்கு எதிர்த்து நிற்கமுடியாத சூழ்நிலையில் அவர்களது எச்சரிக்கைக் குரல்கள் நமது தேசிய பொருளாதாரத்தைப் பாதுகாக்கும் வண்ணமாய் அமைந்துள்ளன. இவர்களின் குரல்கள் சர்.ஹென்றி காட்டனின் கூற்றிலிருந்து மாறுபட்டவை. அவரது கூற்று என்ன வெனில், "இந்தியாவில் அதிகமாகப் பயிரிடும் அபாயம் உள்ளது" என்பதாகும்.[109]

அம்பேத்கரின் சமூகப் பொருளாதாரம் நவீன, தொழில்நுட்ப, முதலாளித்துவ சமுதாயத்தினைப் பற்றிய தெளிவான காட்சியை அளிக்கிறது. இவ்வகையில் அம்பேத்கர் காந்தியடிகளின் முற்றிலும் நேர்மையான, தொன்றுதொட்டு வரக்கூடிய, பழமைவாத வாழ்க்கைக்கு முற்றிலும் எதிராகக் குரல் கொடுத்தார். இருப்பினும் காந்தியடிகளுக்கு இணையாக இந்தியாவின் பின்தங்கிய வாழ்க்கையினரின் நலனுக்காகவே அவர் செயல்பட்டார். எனினும், அதன் எதிர் பலன்களை அடக்கி ஆண்டார். நேரு போன்ற சுதந்திர போராட்ட தலைவர்களிடையே அம்பேத்கர் தான் ஆர்வமுடன் இந்தியச் சமுதாயமும் பொருளாதாரமும் எந்த சட்டத்தையும் மீறாது நவீனமாக்கப் படுவதை விரும்பினார். இவர் நவீனமாக்கப்படுதலை விமரசனம் செய்தவர்தான் ஆயினும் வரலாற்றுப் பூரவமாகச் சில ஆக்கபூர்வமான நிறைவளிக்கத்தக்க முன்னேற்றம் இந்தியாவைச் சீர்திருத்தவும், நவீனமாக்கப்படவும் தேவை என்பதில் நம்பிக்கை கொண்டிருந்தார். அம்பேத்கர் அவருடைய தாழ்த்தப்பட்ட மக்களுக்குச் சுதந்திர விடுதலை உணர்ச்சியை இந்த நவீன, தொழில் நுட்ப யுகத்தில் ஊக்குவித்து அவர்கள் வாழ்வின் உயர்விற்கும் வித்திட்டார் என்பதில் எள்ளளவும் ஐயமில்லை.

5. சமயமும் பண்பாடும்

இந்த இயலில் அம்பேத்கரின் சமயமும் பண்பாடும் பற்றிய பொதுவான கருத்துக்களை முதலில் நோக்குவம். தொடர்ந்து சமயமும் பண்பாடும் இணைந்த குறிப்பான கண்ணோட்டங்கள் வரலாற்றில் தோன்றி வளர்ந்தது பற்றியும் தற்போது அவற்றின் தாக்கம் குறித்தும் விரிவாக ஆய்வோம்.

முதலில் மேலோட்டமாக நோக்கும்போது வேறுவகையாகத் தோன்றினாலும்கூட மனித வாழ்வின் இன்றியமையாத, தவிர்க்க வியலாத பகுதி சமயம் என்று அம்பேத்கர் கருதியது உண்மையே. இருப்பினும் இது நிறைவானதன்று. சமயத்தை விவரிக்கின்ற கூர்த்த விளக்கங்கள் தேவை. அம்பேத்கர் மனிதநேயம் உடையவராகவும் திறனாய்வு நோக்குடையவராகவும் உலக அளவில் அறிவியல் கருத்துக்களைத் தழுவி வந்தவராகவும் இருந்ததால் சமயத்தைப் பெரிதும் மதித்தார் என்று கூறுவதை முதலில் ஏற்கமாட்டார்கள். ஆனால், அவரும், மனிதன் அறவழியில் வாழ சமயம் ஒரு நல்லவழியை அமைத்துத் தருகிறது என்று அரசியலில் தன்னுடன் ஒத்தக் கருத்துடையவராயிருந்தார். அதேபோது சமயத்தில் பிற கோணங் களில் அழுத்தமாக இருவரும் வேறுபட்டனர். காந்திஜி சமயச் சடங்குளையும் உருவ வழிபாட்டையும் இறைவனின், இறையுணர்ச்சியின் அறிவுக்கு ஏற்காத நம்பகத் தன்மையையும் பொறுத்துக் கொண்டார். அம்பேத்கர் இவற்றை ஏற்க மறுத்தார். உண்மையில் அவர் பௌத்த சமயத்தை ஏற்றுக்கொண்ட முடிவே இந்தக் காரணங்களால்தான். பௌத்தத்தில் புகுத்தப்பெற்ற கடவுளின் அருவமான தன்மை, அறிவுக்கு ஒவ்வும் கருத்துக்கள், மனித உணர்ச்சிகளை மதிக்கும் தன்மை ஆகியன அவர் நெஞ்சைத் தொட்டன. இன்றைய இந்திய வரலாற்றின் இந்து, இரு நாயகர்களை அதிகமாக வேறுபடுத்திச் சித்திரிக்க வேண்டியதில்லை. உண்மையில் இவர்களின் வேறுபாட்டைக் கூர்ந்து நோக்கின் அம்பேத்கர் சமயத்தின் மேலோட்டமான தாக்கத்தை ஏற்றார். ஆயினும் அதன் நடைமுறைகளைத் தீர்மானமாக ஏற்க மறுத்தார். காந்திஜியோதான் மதக் கோட்பாடுகளைத் தன்னளவில் ஏற்று நடந்தவராயினும் மனிதனின் சமயச் சடங்குகளிலும் நடைமுறைகளிலும் சூழ்ந்திருந்ததைப் பொறுத்துக் கொண்டார்.

மனித வாழ்விற்கும் சமுதாயத்திற்கும் சமயம் ஒரு அடித்தளம் என்று அம்பேத்கர் கருதினார். ஏனெனில் சமுதாயம் சிறப்பாக அமையவும் நிலைத்து நிற்கவும் அறவழியில் அடித்தளம் தேவை. உலகெங்கும் இந்த அடித்தளத்தைச் சமயம் வழிவகுத்துத் தருகிறது. சீரான மனித வாழ்வை மேம்படுத்த சமயம் தடைகளையும் கட்டுப்பாடுகளையும் அறக் கோட்பாடுகளையும் வகுத்துத் தருவதாக அம்பேத்கர் கணித்தார். எது சீரான மனித வாழ்வு என விளக்கப் புகுந்தால் சமத்துவமும் சகோதரத்துவமும் உடையதும் மூடநம்பிக்கைகள், மாயாஜாலங்கள், அறிவிற்கு ஒவ்வாத தன்மை, கண்மூடித்தனமான நம்பகம் இவற்றை உருவகப்படுத்தும் கடவுளைத் தவிர்க்கக் கூடியதாக இருக்கவேண்டும். ஆகவேதான், அவர் பௌத்த சமயத்தைத் தழுவியதும் அதுதான் அறவழி என்று ஏற்றுக்கொண்டதும் வியப்பில்லை. மனித வாழ்விற்கு ஒவ்வாத மதிப்பையும் விஞ்ஞான வழியிலும் ஏற்கமுடியாத செயல்களை இந்து சமயம் பெரிதுபடுத்தி வந்தமையினால்தான் அவர் இந்து சமயத்தை ஒதுக்கித் தள்ளினார். இந்து சமயம் சமூக ஏற்றத் தாழ்வுகளை ஏற்றுக்கொள்ளும் அளவிற்குச் சமயத்தை அதன் தன்மையை ஒப்புக்கொண்ட நேரத்தில் சமுதாய வாழ்விற்கும் சமூக நீதிக்கும் உதவுவதாகக் கருதியது நமக்கு வியப்பாக உள்ளது.

சமயம் மனித வாழ்விற்கும் அறிவிற்கும் ஏற்புடையது என்பதால் உலக அளவில் அறிவிற்கு ஏற்புடைய கொள்கைகளை அறிவுபயத்துடன் தரவேண்டும் என்பது அவரின் எதிர்பார்ப்பு. விக்டோரிய ஆட்சிக் காலத்தில் கிருத்தவ சமய நம்பிக்கைக்கும் அறிவியல் அறிவுக்கும் இடைப்பட்ட வருந்தத்தக்க மோதல்களை மக்கள் தேடி நின்றதைப் போன்று விஞ்ஞான ரீதியில் ஒப்புக்கொள்ளத்தக்க சமயத்தை அவர் தன் உள்ளத்தில் உருவகப்படுத்தி வந்தார். பௌத்த சமயம் இந்தத் தேவையை நிறைவு செய்வதாக அவர் எண்ணினார். இந்து சமயம் கண்டறிய இயலாத அளவிற்கு அதிக சகிப்புத்தன்மையைத் தன்னிடம் கொண்டு எதனையும் தனதாக்கிக் கொண்டதால் எவரும் இந்து சமயத்தை ஏற்றனர். ஆகவேதான் அவர் இந்து சமயத்திற்குரிய இடத்தைத் தரத் தயங்கினார். இது எதிர்வாதமாக இல்லாவிடினும் வியப்பாக உள்ளது. விரிந்த கருத்துக்களையும் அறிவியல் வழியிலான சிந்தனைகளையும் கொண்ட அம்பேத்கர் எதையும் ஏற்றுக்கொண்டு செரித்துக் கொள்ளும் பண்பும் குறிப்பான கோட்பாடுகளை மட்டும் திணிக்காத தன்மையும் கொண்ட இந்து சமயத்தை வரவேற்றிருக்க வேண்டும். ஆனால் கிருத்தவ, இஸ்லாமிய, பௌத்த சமயங்கள் கவனமாகக் கண்டறியப்பட்ட புனிதத்துவம் வாய்ந்த நூல்களான பைபிள், குரான் ஆகியவற்றில் கிடைத்தத் தெளிவான விளக்கங்களைப்

பரப்பி வந்ததால் இவரும் அவற்றால் ஈர்க்கப்பட்டார் என்றே கருதலாம்.

இந்துத்துவம்

இந்து சமுதாயத்தில் அம்பேத்கரின் நிலை இந்து சமயத்தை மிகக் கடுமையாக விமர்சிக்கும் நிலைக்குத் தள்ளியது. அதே நேரத்தில் வேறு புரட்சி செய்ய இயலாவிடினும் தன் தொடர்ந்த சாடல்கள் வாயிலாக இந்து சமயத்தை முற்போக்கு வழியில் கொண்டு செலுத்தலாம் என அவர் எண்ணியது குறிக்கத்தக்கது. இது இயலாத செயல் என்று உணர்ந்த நேரத்தில்தான் அவர் இந்து சமயத்தைவிட்டு வேறு சமயத்தைத் தழுவிட எண்ணினார். அவரின் நாட்டுப்பற்று இந்திய வரலாற்றில் இந்தியப் பண்பாட்டில் புதிய சமயத்தைத் தோற்றுவிக்கும் ஊக்கத்தை அவரிடம் ஊட்டியது. பௌத்த சமயம் இந்தக் கணிப்புக்கு ஏற்றதாயும் மற்றவற்றில் காணாத சிறப்புக் கூறுகளைத் தன்னகப்படுத்தியிருந்தது. முழுக்க முழுக்க இந்தியாவில் தயாரானதாகவும் அமைந்தது. இந்து சமயத்தில் என்ன குறைபாடுகள் அவரை வெளியேறுமாறு செய்தன? என்று அவர் தன்னால் இயன்ற வரையில் சிந்தித்தார். இந்து சமயத்தில் இயற்கையான அமைப்பு வழியாகவும் கொள்கையளவிலும் உள்ள கட்டமைப்பைப் புரிந்து கொள்ள முயற்சித்தார்.

வாழ்நாள் முழுவதும் இந்துசமயம் ஓர் ஆவி உருவத்தில் அவரைத் தொடர்ந்தது. அவரும் அதனுடன் போராடி வெற்றிக்காண முயற்சித்தார். அமைப்பு ரீதியில் இந்து சமயக் கோட்பாடுகளைக் கண்டறிய அதன் அடிப்படைத் தத்துவத்தைக் காணவேண்டும் என்று நம்பினார். இந்தக் கருத்தை, வினாவினைத் தன் 'இந்து சமயத் தத்துவம்' என்ற நூலில் எழுப்பி விடைகாண முனைந்துள்ளார்.[110] இந்நூலின் தொடக்கப் பகுதியில் எந்த சமயத்திற்கும் தத்துவம் என்ற ஒன்று உண்டா என்ற வினாவுடன் தொடங்குகிறார். முதல் பக்கத்திலேயே இத்தகைய தத்துவத்தையும் முறைகளையும் ஒன்றாகக் காட்டும் பண்பாட்டைத் தள்ளிவைத்துவிட்டார். மேலைநாட்டு முறைப்படி தத்துவத்தையும் சமயக் கொள்கைகளையும் தனித்தனியாகப் பகையாக அச்சில் வார்க்கும் முறையே சரியானதென்று கொண்டார். சமயம் குறிப்பிட்ட வரையறுக்கப்பட்ட கொள்கை அளவுகளைத் தன்னகத்தே உள்ளதை எவரும் குறிப்பாகக் கண்டுகொள்ளலாம் ஆனால் தத்துவமோ திறந்த மனதுன் திறனாய்வு செய்யவும் தொடர்ந்து அலசி ஆராயக்கூடிய தொடர்ப்பயிற்சியாகும். இதுதான் மேல்நாட்டில் வழக்கில் இருந்த நிலை. மேலைநாட்டு அறிஞர்கள் தந்த விளக்கங் களை அறிந்த பின்னர் அம்பேத்கர் தன்னுடைய நடைமுறை

விளக்கத்தைத் தந்துள்ளார். இது இயல்பானது விவரமானது எனவும் கருதினார். ஆனாலும் இவர் கருத்து, சமயக் கோட்பாடுகள் வேறு தத்துவம் வேறு என்று வழிவழிவந்த மேலைநாட்டு அடித்தளத்திற்கு எதிரானது. சமய வழியில் கொடுக்கப்பட்ட படிப்பினைகளும் நம்பிக்கைகளும் விவரிக்கப் புகுந்தவை என்றே கூறுகின்றார்.[111] இந்தப் படிப்பினைகளின் பால் நாம் காணும் விமர்சனங்களும் அறிவு வழிப்பட்ட தீர்ப்புக்களும் வேறு - இவை விவரம் நிறைந்த அறிவியலடிப்படையான உண்மை அறிவு என்று கூறும் மேல்நாட்டுக் கொள்கைகளுக்கு நம்மை அழைத்துச் செல்கிறது. கூறியதை நன்கு சீர்தூக்கி நோக்கி விரும்பு வெறுப்பற்ற விமர்சனத்திற்கு உள்ளாக்குவதுதான் மற்றையது. தன் எழுத்தின் முடிவில், "இந்து சமயம் வாழ்விற்கு உதவுவது எந்த அளவிற்கு என்று கைக்கூண்டில் நிற்கவைத்து அலசுகிறேன்" எனக் கூறியுள்ளார்.[112] அதாவது உலக அளவிலும் நியாயமாகவும் சமயங்களில் கோட்பாடுகளைச் சீர்தூக்கி நோக்கும் பொறுப்பை அவர் இங்கு ஏற்றுள்ளார்.

சமயம் என்பது கருத்தமைவு என்கிறார். அதற்கு இரண்டு பக்கங்கள். ஒன்று மூடமான குறிப்புக்கள் மற்றது நடைமுறை விளக்கங்கள். கிரேக்கர்களின் இறைவனின் தோற்றக் கதைகள் முடமான குறிப்புக்கள் என்றும் அரசின் நாட்காட்டியில் குறிப்பிடப் பட்டு நடைமுறை செய்யப்பெற்ற விருந்துகளும் விரதங்கள் பற்றிய விவரங்கள் நடைமுறை என்றும் கூறினார். இவை இரண்டை யும் ஒதுக்கிய இவர் புதிய முற்றிலும் வேறான விளக்கம் தருகிறார். இயற்கையின் கருத்தமைவு கடவுளும் தெய்வத்தன்மை பொருநதியதும்தான் இயற்கைக் கோட்பாட்டின் ஒரு பகுதியாகும் என்கிறார்.[113] பிளாட்டோ என்ற பேரறிஞர் தன் 'சட்டங்கள்' என்ற படைப்பில் கூறியுள்ளதை மேற்கோளாகக் காட்டுகிறார். இது மூன்று நிலைகளை உடையது. 1. கடவுள் இந்த உலகத்தைப் படைத்தவன் 2. இயற்கையான நிகழ்வுகளை இயக்கும் மேலாளர் கடவுள். 3. உலகில் நடப்பவை எல்லாம் பரிபாலித்து அரசு போல நடக்கின்ற கடவுளின் தன்மை என்பவை அவை. விளக்கமான சமயக் கொள்கைகள் மேற்கூறியவற்றிலிருந்து மேம்போக்காகவே வேறுபடுகின்றன. தன் நூலின் முடிவில் அவர் கூறுவதாவது, "மனித சமுதாயம் சீராக, நல்ல சமுதாயமாக வாழ கடவுளின் ஆட்சியாக விளக்கப்பட்ட திட்டமே சமயம் என்று நான் கொள்கிறேன்."[114] சமயம் இரண்டு கூறுகளாக உள்ளதாகக் கொள்கிறார். ஒன்று நிலைத்த, திட்டமான மாறாத தன்மை கொண்டது. மற்றது அவ்வளவு முக்கியத்துவம் இல்லாத மாறும் தன்மையுடையது. சமயங்கள் வரலாற்றின் காலப் போக்கில் ஏற்பட்டுள்ள பல படிவங்களாக உள்ளதால் சமயத்தின்

அடிப்படைக் கொள்கைகளை வெளிப்படுத்துவது அவ்வளவு எளிதல்ல. முற்போக்கான சமயங்களில் இந்த ஆய்வு எளிதாக அமைகிறது. பிற்போக்கான சமயங்களில் தொடக்கக்கால, தானாகத் தோன்றிய சமயப் பழக்கவழக்கங்கள் உள்ளன. முற்போக்கான சமயங்கள் தெளிந்த சிந்தனைகளால் மாறிவந்தவை என்றும் கூறுகிறார். இந்த முறையில் இந்து சமயம், யூத சமயம், கிருத்துவம் இஸ்லாம் முற்போக்கானவை என்று கருதுகிறார்.

ஆகவே, இந்துத் தத்துவத்தை ஆய்வதும் வரையறை செய்வதும் எளிது. அவர் கூறுவதாவது; 'மனுநீதி' என்பது கிருத்துவ பைபிளைப் போன்று அடிப்படைத் தத்துவத்தைப் போதிப்பதும் இந்துக்களின் சமூக, சமய வாழ்வில் கைகொள்ள வேண்டிய இறை வரையறைகளை விளக்கமாகக் கூறுவதும் நடைபெறும் சடங்குகளை மேற்பார்வையிடுவதுமாகியவை அடங்கிய சட்ட நூலாகும். இவ்வாறு இந்து சமய மூலத்தைக் கண்டறிந்த இவர் சமயங்களைச் சீர்தூக்கி நோக்கும் கொள்கையளவான கடினமான பணியில் இறங்குகிறார். இன்றுள்ள இந்து இலக்கியங்களில் நிறைவான தீர்ப்பு இவருக்குக் கிடைக்கவில்லை. "வெவ்வேறு காலங்களில் புகுத்தப்பட்ட புரடசிகர மான மாற்றங்களைப் படிப்பதன் வாயிலாக இவர் ஆய்வைத் தொடர எண்ணுகிறார்."[115] மேலைநாடுகளில் ஏற்பட்ட அறிவியற் புரட்சியை இந்த இடத்தில் மனதில் கொண்டுள்ளார். இந்த முதற்புரட்சி இதற்கு முற்பட்ட காட்டுமிராண்டி சமூக வாழ்க்கையையும் நாகரிகமான சமுதாயத்தையும் வேறுபடுத்திக் காட்டியது. இரண்டாவது புரட்சி பழைய சமுதாயத்தினரும் இன்றைய சமுதாயத்தினரும் கடைப் பிடித்த சமய நடைமுறைகளைத் தெளிவுறச் செய்தது. இந்தச் சமயவழி வேறுபாடுகள் மனிதன், கடவுள், சமுதாயம் இவற்றைப் பற்றிய அடிப்படை விளக்கங்களை வெளிக்கொணர்ந்தன. முற்காலத் தில் மனிதனும் கடவுளும் ஒரே சமுதாய அரசியலமைப்பாகச் சித்திரிக்கப்பட்டனர். கடவுளையும் அவரை வழிபடுவோரையும் உற்றாராகக் காட்டியது. அந்தக் கொள்கை. புதிய விளக்கங்கள் இவர்களை வேறுபடுத்தியுள்ளன. புதிய விளக்கம் மனிதனை மட்டும் கொண்டுள்ளது. பழைய கோட்பாட்டில் தனியாக ஒரு கடவுளைத் தொழுது வந்தது. "உலகம் முழுமைக்கும் பொதுவான ஒரே கடவுளாகக் கருதவில்லை"[116] "பழைய கோட்பாட்டில் மனித சமுதாயம் என்ற பொதுக்கருத்தே நிலவவில்லை. மூன்றாவதாகக் கடவுள் மனிதரின் தந்தையாகக் கருதப்பட்டார். ஆனால் இந்த உறவு உடல் தொடர்புடையதாகச் சிதிரிக்கப்பட்டது."[117] இன்றைய நாரிகம் மிகுந்த சமுதாயத்தில் தந்தையாகக் கடவுளைக் கருதும் கருத்தே இயற்கையாக உண்டாகும் தந்தை என்ற உணர்விலிருந்து

பிரித்துவிடப் பட்டுவிட்டது. இதனால் சிறந்த பரிணாம விளைவுகள் தோன்றின. "மனிதனின் உடல் உறவினால் ஏற்படும் தந்தையரைப் பிரித்ததன் வாயிலாகக் கடவுள் முழு முதல் நல்லன பயப்பவராகவும் நற்குணங்கள் நிறைந்தவராகவும் கருத இடம் அளித்துள்ளது."[118] நான்காவதாக முற்காலத்தில் நாடும் சமயமும் ஒன்றிப்போயிருந்த நிலையில் ஒன்றில் ஏற்பட்ட மாற்ற நிலைகள் மற்றதையும் பாதித்தன. அம்பேத்கர் கூற்றில் கூறினால், "முற்போக்காகக் கருதப்பட்ட சமூகத்தில் மனிதர்கள் வெவ்வேறு கடவுள்களை வணங்கிப் போற்றினர். ஐந்தாவதாகப் பழைய நிலைக்கு மாறாகப் புதிய சமுதாயம் கடவுள் தன்மை சமயத்தின் பகுதியாகக் கருதப்பட்டது."[119] அதாவது முற்காலத்தில் சமயம் மறுத்துக் கேள்வி கேட்க முடியாத அளவுடைய நம்பிக்கையாகக் கருதப்பட்டது. தானே இயங்கிய தத்துவ வழியிலான மாற்றங்களுக்கு அப்பாற்பட்டதாகக் கருதப்பட்டது. ஆறாவதாக, முந்தைய சமுதாயத்தில் சமய வழிநடத்தல் சமயக் கொள்கைகளைப் புரிந்துகொள்ளத் தேவையில்லாதபோது ஏற்பட்டது. அதாவது "மனிதர்கள் சில பொதுவான வாழ்க்கை நெறிகளைச் சொற்களால் விளக்க இயலாதபோது கடைபிடிக்கத் தலைப்பட்டனர்."[120] இன்றைய முற்போக்கு யுகத்தின் சமயம் பற்றிய தனிமனிதக் கருத்துக்களுக்குக் கொடுக்கப்பெற்ற இடம் அப்போது இல்லை.

அம்பேத்கர் இந்த இரண்டாவது புரட்சியை விவரிக்கப் புகுந்த சமயங்களுக்குச் சில அடித்தளம் அமைக்கும் எண்ணத்தால் இது தேவையானதும்கூட என அவர் வாதிடுகிறார். "அடிப்படைக் கருத்துக்களில் மாற்றங்களை விளக்கும்போது இவ்வாறு கூறுகிறார். புரட்சியின் ஒரு கோடியில் சமயத்தின் அடிப்படைகளே சமுதாய மாகத் திகழ்ந்த ஒரு முற்போக்குச் சமுதாயம் மறுகோடியில் சமயத்தினை மாற்றி அமைத்தலால் ஏற்படும் முடிவு சமுதாயம் அல்ல தனிமனிதன்."[121] இப்படியாக வரலாற்று மாற்றத்தைப் பற்றிக் கூறும் முடிவு பிற்போக்கு சமுதாயத்தில் நன்மையையும் தீமையையும் அளவிடும் அளவுகோல் அவற்றின் பயன்தரும் தன்மையே. ஆனால் மாறிய சமுதாய நோக்கில் எது நியாயமோ அதுவே அளவுகோல். பழமைக்குப் பயன்பாட்டுத் தன்மையும் புதுமைக்கு நியாயத் தன்மையும் அந்தந்தக் காலத்திற்கு ஏற்றவை என்ற நிலைக்கு அவர் வருகிறார். புதிய உலக சமுதாயத்தில் நியாயம் வழங்குதலே சிறந்த அளவுகோல். இந்த இரண்டில் எது அறிவுக்குகந்ததோ அது சிறந்தது என்பது வாதிடத் தகுந்தது.

தனது சிந்தனையோட்டங்களை வெளிக்கொணருமுன் இவர் ஒரு கற்பனை இந்து சமயவாதியை நம் மனக்கண்முன் நிறுத்துகிறார். அந்தச் சமயவாதி மாற்றுக் கருத்துக்கள் சிந்திக்க முடியாதவை,

தேவையற்றவை என்று கருதும் நிலையில் உள்ளான். அந்தக் கற்பனை மனிதன் சமயம்மிக இன்றியமையாதது என்றோ எல்லா சமயங்களும் நல்லவை என்றோ அறிந்துகொள்பவன். அம்பேத்கர் இந்த இரண்டு நிலைகளும் தவறு என்கிறார். ஹெர்பர்ட் ஸ்பென்சர் என்பவரின் வரலாற்றுச் சிந்தனைகளைக் கூறும்போது, "சமயம் ஒரு சமூகக் கருவி என்பதைத் தள்ளிவிட முடியாது. இது எந்தச் சமுதாயத்திற்கும் பொருந்தும்... இந்து சமயத்தைச் சார்ந்த எந்த நபரின் வாழ்வின் ஒவ்வொரு நிமிடமும் சமயத்தால் கட்டுப்படுத்தப்பட்டது... இந்த சமயத்தில் மனிதனின் எச்செயலும் சமயக் கோட்பாட்டின்படி அமைவது... படித்த இந்துக்கள் இந்நிகழ்ச்சியை மிக்க அலட்சிய நோக்குடன்தான் காண்கிறார்கள்"[122] என்றெல்லாம் கூறியுள்ளது சிந்திக்கற்பாலது. ஒரு சமுதாயத்திற்கு அடிப்படைக் கொள்கைகளை வகுத்துத் தரும் சமுதாயக் கருவி என்பது மிகக் முக்கியமாகக் கவனிக்கவேண்டும். "மதத்தின் இன்றியமையாமையை மறுப்பவர்கள் மேற்கூறியவற்றை மறந்தவர் மட்டுமல்ல அவர்களுக்குச் சமயத்தில் உள்ள ஆற்றல் தெரிவதில்லை. நியாயத்தின்பாற்பட்ட பொதுக் கெகாள்கைகளைவிட சமயக் கொள்கைகள் ஆற்றல் வாய்ந்தவை..." சமயத்தைத் தள்ளிவைக்க எண்ணுவது ஒரு மின்சாரக் கம்பியை அலட்சியமாக, விளையாட்டாகக் கருதுவது போன்றது.[123] சமயக் கோட்பாடுகளை ஆய்வு செய்யுங்கால் அதைத் தவிர்த்த சமய அறிவு தவறானது என்று சாடுகிறார்.

பிறகு இந்து சமயத்தின் ஆற்றலை உபயோகத்தன்மை, அதாவது பயன்பாட்டுத் தன்மை, நியாயத்தன்மை என்ற இரண்டு அளவுகோல்களால் அளவிட முற்படுகிறார். இதற்குமுன் நியாயம் என்பது என்ன என்று கூறுப் புகுகின்றார். பேராசிரியர் பெர்ஜ்போன் "சுதந்திரம், சமத்துவம், சகோதரத்துவம் என்பதன் மறுவடிவமே நியாயம் என்று கூறியுள்ளார்."[124] முதலில் இந்து சமயம் சமத்துவத்தை ஏற்கிறதா என்ற ஆய்வில் துணிகிறார். மனுவின் போதனைகளில் சமய சமத்துவத்தால் சமுதாய சமமின்மை ஏற்படும் ஆதலால் சமய சமத்துவம் தரவேண்டாம்" என்று கூறியுள்ளதைச் சாடுகிறார்.[125] ஆகவே, இந்த சமயத்தின் சமய சமத்துவமோ சமுதாய சமத்துவமோ தரப்படவில்லை" என்ற முடிவைக் கொண்டு வருகிறார். இந்தக் கருத்தை வலியுறுத்த பேராசிரியரின் கருத்துக்கள் இவை என் கூறுகிறார். "வேறு இடங்களில் சமயம் மனித சமுதாயத்தின் ஏற்றத்தில் உயர்வு காண்பதில் ஈடுபட்டிருக்க, இந்து சமயம் மனித சமுதாயத்தைத் தரக்குறைவு செய்யவும் தகுதியற்றவராக மாற்றவும் முற்படுகிறதாம்"[126] இரண்டாவது கருத்தாக, சமுதாய சமத்துவம் பொருளாதாரப் பாதுகாப்பு இவற்றின் வளர்ச்சிக்கு உதவும் என்ற காரணத்தால்

இந்து சமயத்தில் தனிமனித சுதந்திரம் மறுக்கப் படுவதாகவும் கூறுகிறார். தனிமனித வாழ்க்கையை மேம்படுத்தும் உரிமையும் வழிவகைகளும் கிடைக்கும் என்பதால் தனிமனித சுதந்திரம் இந்து சமயத்தில் மறுக்கப்பட்டு வருகிறது என்றும் கூறுகிறார். அதாவது இருளிலிருந்து அறிவு தனிமனிதனை வெளிக் கொணர்வதை இந்து சமயம் செய்வதில்லை என்பது பேராசிரியர் கருத்து."[127] கடைசியாக மனித சகோதரத்துவத்திற்கு இந்து சமயம் ஏற்றதா என்ற கேள்வியை எழுப்பி விடையைக் கூறுகிறார். இரண்டு சக்திகள் உள்ளன. தனி மனிதன் என்ற உணர்வு, சகோதரத் தன்மையாகிறபொது உணர்வு."[128] சமத்துவத்திற்கும் சுதந்திரத்திற்கும் இந்து சமயம் எதிர்ப்பினைத் தருதலால் இந்து சமயம் தனித் தன்மைக்கும் இடம்தரவில்லை. சகோதரத்தன்மை வளர பிற மனிதரைப் பற்றிய உணர்வுகள் தேவை. இந்த ஆய்விலும் இந்து சமயம் பின்தங்கியதாகக் காண்கிறார். 2000, 3000 சாதிப் பிரிவுகளாக உடைந்து கிடப்பதே சமுதாய சகோதரத்துவ உணர்ச்சிக்கு எந்த வழியிலும் உதவவில்லை. சாதி ஏற்றத்தாழ்வு சமத்துவ மில்லாததும் ஒரே வழியில் செல்பவைதானே. 'மில்' என்பவரின் கூற்றின்படி, "உபயோகத்தன்மைக்கும் நியாயத்திற்கும் எந்த எதிர்த் தன்மையும் இல்லை."[129] ஆகவே, இந்து சமயம் நியாயத்தை வழங்காத போது உபயோகத் தன்மையையும் இழந்துவிடுகிறது. சமுதாய உபயோகத்தன்மை என்ற கட்டடத்தை, கொள்கை வளத்தைத் தகர்க்கும் வலிமை சாதிப் பிரிவினை என்ற பகைவனுக்கும் உண்டு. எனவே, இந்து சமயத் தத்துவங்கள் சமுதாய உபயோகத் தன்மை, தனிமனித நியாயம் என்ற இரண்டு தேர்வுகளிலும் தேர்வு பெறவில்லை.[130] நெய்ட்ச் என்ற ஜெர்மானிய தத்துவ அறிஞர் கூறி யுள்ளதே இந்து சமயத்தை விளக்கத் தகுந்தது என்று இவ்வாறு கூறுகிறார். மனுநீதிகளைத் தொகுத்து வழங்கும் சராதுசிட்ரா என்ற நூலில் சராது சிட்ராவுக்கு மனுசுமிருதியின் புதிய பதிப்பு என்று பெயரிடலாம் என்கிறார்.[131] அந்த ஜெர்மானிய தத்துவஞானி நெய்ட்ச் மிக்க ஆற்றல்வாய்ந்த மனித சக்திகளை உண்டாக்க எண்ணினார். ஆனால் மனுவினுடைய மிக்க ஆற்றல்வாய்ந்த பிறப்புக்கள் இயற்கை யில் தோன்றியவை என்பதால் மனுவை நெய்ட்சக்கும் கீழேதேன் வைத்தெண்ண இயலலாம்.

இந்து சமயம் உலகப் பொது சமயம் அன்று. மிக்க அதிக ஆற்றல் வாய்ந்தவரின் சொர்க்கம் சாமான்யர்களின் நரகம்.[132] இந்து சமயத்தைச் சமயம் என்று அழைப்பதே தவறு. அதன் தத்துவங்கள் சமயங்கள் எச்செயல்களுக்காக உள்ளனவோ அவற்றிற்கே எதிராக உள்ளன என்று கூறுகிறார்.

"பழமையான இந்தியாவில் தோன்றிய புரட்சியும் எதிர்புரட்சியும்" என்ற தலைப்பில் அம்பேத்கதர் வெளியிட்ட தன் நூலில் இந்தியாவில் இந்து சமயத்தைப் புனிதப்படுத்தி வளமாக்குவதில் எடுக்கப்பெற்ற முயற்சிகள் முடியாமல் தோற்றன என்று எழுதியுள்ளார். புத்த சமயமும் பிட்சுக்களின் முறையற்ற தன்மைகளாலும் லஞ்ச ஊழல் களாலும் புரட்சி செய்ய இயலாமல் தொடக்கத்திலேயே தோல்வி அடைந்தது. இவை காரணமாக ஆதரவற்ற பெரும் திரளான இந்துக்களை இஸ்லாமிற்கு மாற்றுவது எளிதாக அமைந்தது. "புத்த சமயம் வீழ்ந்ததற்கும்" "தாழ்ந்ததற்கும்" குறிப்பிட்ட வேறுபாடுகளைச் சித்தரித்துக் காட்டியுள்ளார். தோன்றிய நாட்டிலிருந்தே மறைந்ததற்குக் காரணம் வீழ்ச்சிக்கும் தாழ்ச்சிக்கும் இடையில் உள்ள விமர்சனம். எங்கெங்கு முடியுமோ அங்கெல்லாம் இஸ்லாமிய சமயம் தன்னுள் உருவ வழிபாட்டைத் தவிர்த்துளள காரணத்தால் பௌத்தத்தை அறவே ஒழிக்க முடிந்தது. இந்தியாவில் இஸ்லாம் இதுபோன்று பௌத்தத்திற்கு முடிவு கட்டியதாக விபரம் கூறு முடியவில்லை. இங்கே புத்த சமயமும் பிராமணரின் ஏகாதிபத்திய பிடியிலிருந்து இந்து சமயமும் உருவ வழிபாட்டிற்குச் சிறப்பிடம் கொடுத்து வந்தன. அவ்வாறுள்ள போது இந்து சமயம் இஸ்லாமிய தாக்கத்தைத் தாங்கிப் பிழைக்க, பௌத்த சமயம் மட்டும் ஏன் அழிந்தது? என்று வினா எழுப்பலாம். அம்பேத்கர் இந்து சமயம் பிழைத்தற்குத்தனித்த மூன்று காரணங்களைக் காட்டுகிறார். முதலில் பிராமண ஆதிக்கம் நிறைந்த இந்து சமயத்திற்கு அரசின் ஆதரவு பெருமளவு இருந்தது. ஆகவே, முரட்டுத்தனமாகப் பரப்பியும் இஸ்லாம் இந்து சமயத்தை ஆட்கொள்ள இயலவில்லை. இரண்டாவதாக இஸ்லாமினால் பௌத்த பிக்குகளை எளிதாக முழுமையாக அழிக்க முடிந்தது. மூன்றாவதாகப் பௌத்த சமயத்தினரை இந்துக்கள் தாக்கவே அதில் பாதிக்கப்பட்டவர்கள் இஸ்லாமைத் தழுவினர். இந்து சமய இலக்கியங்களில் வேதகாலத்திற்குப் பிற்பட்ட எழுத்துககள் பௌத்த் சமயத்திற்குப் பிறகு எழுதப்பட்டன. இவை, பிராமணரின் புரட்சிக் கருத்துக்களைப் பரப்பின. இந்து சமயத்தின் புனித இலக்கியங்களின் நடுவில் மனுவின் வரையறுக்கப் பெற்ற சாத்திரக் கோட்பாடுகள், முறைகள் வழிபாட்டு முறைகள் மனுவின் காலத்திற்கு முன்னும் பிறகும் மனித வர்க்கத்தின் இரு பகுதியினரை அதாவது சூத்திரர்களையும் பெண்களையும் ஒடுக்குவதில் முனைப்பாக இருந்தன என்பது அம்பேத்கரின் தெளிந்த முடிபு.

பாபாசாகிப் அவர்களின் அரசியல் சாயல் அதிகம் உள்ளதும் மிகவும் அதிகமாக விளம்பரப்படுத்தப்பட்டதுமான "இந்து மதத்தின் புரியாத புதிர்கள்" என்ற (டாக்டர் பாபாசாகிப் அம்பேத்கர்

எழுத்துக்களும் உரைகளும் தொகுதி 4) நூலின் எழுத்துக்களில் அவர் தன் வாழ்வின் மிகப்பெரிய சாதனையினை நடத்திக் காட்டியதே போதும். இந்து சமயக் கட்டுப்பாட்டில் சிக்கித்தவித்த தன்னையும் எண்ணற்ற அரிசனத் தோழர்களையும் வெளிக்கொணர அவர் மேற்கொண்ட இடைவிடாத போரின் வெளிப்பாடுதான் இந்த எழுத்துக்கள். இந்த வெகு உயிரோட்டம் நிறைந்த எழுத்துக்களில் பிராமணர்களின் ஆதிக்க வெறியினைப் புரிந்துகொள்ள மறுக்கின்ற முற்போக்கு இந்துக்களின் காதுகளில் நம்பும் வகையில் திணித்தார். இந்த சமயம் மிகப் பழமையானது ஆயினும் வரலாற்றின் சாயலில் மாறி வந்துள்ளதையும் அதன் விளைவாகப் பல புதிர்கள் அவிழ்க்கப்பட்ட உள்ளதையும் விவரிக்க முற்படுகிறார். வேள்வியில் அவிர்ப்பாகமாக விலங்குகளைக் கொலை செய்து வந்தது எவ்வாறு அகிம்சை கொள்கையாக மாறியுள்ளது என்றும், மீண்டும் பாய வழிக்கே எவ்வாறு திரும்பியுள்ளது என்பதையும் முதல் புதிராக வைக்கிறார். கூட்டமாக அறிவாளிகளாகத் திகழ்ந்த பிராமண வர்க்கம் ஏனைய இந்துமக்கள் கூட்டத்திடம் எவ்வாறு கொடுமையான ஏமாற்றங் களைத் தனித்து வந்தது என்றும் வெளிப்படுத்த உதவியுள்ளார். புதிர்களை மூன்று வகையாகப் பிரிக்கின்றார். 1 முதல் 21 வரையில் சமயக் கோட்பாட்டுப் புதிர்கள், 22 முதல் 28 வரையில் சமுதாய பழக்கவழக்கங்களில் புரியாத புதிர்கள், 29 முதல் 33 வரையில் உள்ளவை அரசியல் காரணங்களால் தோன்றியவை. அம்பேத்கர் 'புதிர்' என்று கூறுவதற்குரிய பொருளை எங்கும் விளக்கவில்லை. ஆனால் அவர் என்ன கூற முனைகிறார் என்பது விளங்குகிறது. சாமான்ய மனித அறிவிற்கு எட்டக் கூடியதும் வாதத்திற்கு உட்படுத்தப்பட்டால் ஏற்பதுமானவற்றிலிருந்து விடுபட்டவை புதிர்கள். இவற்றிற்கு ஒரு பொருளும் காரணமும் இருந்தது. எதை இந்தப் புதிர்கள் ஒழிக்கமுற்பட்டன என்பதும் தெரிகிறது. மேலுள்ள தெளிந்த நீரோட்டம் அடியில் ஆழமான இடத்தில் மிக்க அச்சம் தரத்தக்க வகையில் இருப்பது போன்றே இதுவும். தன் திறமையான ஆய்வுகளாலும் அறிவியல் ரீதியான விளக்கங்களாலும் சில போது மொழிபெயர்ப்புக்களின் வாயிலாகவும் அம்பேத்கர் இந்து சமயத்தின் இலக்கியங்களில் உள்ள இயற்கைக்கு அப்பாற்பட்ட மூடச் செயல்களை ஏற்கமுடியாதவைகளைக் குறித்து எழுதியுள்ளார். அவர் எழுதிய கருத்துக்கள் உண்மையா நியாயமா என்று சீர்தூக்கி நோக்கும் திறமை சிறந்த ஆய்வாளர்களுக்குத்தான் உண்டு. இருப்பினும் அவரது வாதங்களில் நியாயம் உள்ளமை. உள்ளங்கை நெல்லிக்கனி என விளங்கும். அடிப்படையாக இன்றைய விஞ்ஞானரீதியான அறிவுக்கு ஒப்புக்கொள்ளக் கூடிய முறையில் சமய உலகம் முழுவதும் ஏற்றக்

கூடிய தன்மை படைத்தது இல்லாததை உதறித் தள்ளுகிறார். இந்தக் கட்டமைப்பில் இந்து இலக்கியங்களிலும் வேத ஆகம சாத்திரங் களிலும் உள்ளிட்டு அமைந்துள்ள புரியாத புதிர்களை மூடச் செயல்களை வெளிக்கொணர்ந்துள்ளது குறித்து வியப்படையத் தேவையில்லை. அவர் வரலாறு என்ற பரந்த வெளியில் வரலாறு காட்டிய கட்டடங்களைக் கூர்ந்து நோக்கியுள்ளார்.

தன் சூழ்நிலையாலும் வரலாற்றில் காணப்பட்ட இந்து சமயம் பற்றிய விளக்கங்களாலும் முற்போக்குக் கருத்து நிறைந்த இக்காலத் தாக்கங்களாலும் உற்தப்பட்ட அவர் தான் கண்ட இந்து சமயம் அருவருப்புடையதாகக் கொண்டதில் வியப்பில்லை. இருப்பினும் அவரது எதிர்மறையான பரிமாணத்தால் இந்து சமயம் முழுமையாகச் சித்தரிக்கப்படாதது. அர்த்தமற்ற இனம்புரியாத அவரின் வெறுப்பு விவரிக்க இயலாத புதிராக உள்ளது. மனுகாலத்திற்கு முற்பட்ட இந்து மதக் கோட்பாடுகளைப் பற்றி அவரின் பரிவான கண்ணோக்குக் காரணமாகப் புத்த சமயத்தின் பரிணாமம் திருத்தப்பட்ட இந்து சமயமாக அமைந்தது. அவ்வாறிருக்க, ஏன் அவர் கடுமையாக இந்து சமயத்தை எதிர்த்தார்? இந்து சமயத்தின் பெயரால் வழக்கில் உள்ள யாவையும் அல்ல. புதுமையான கருத்துக்களைச் சீரணிக்க மறுக்கின்ற கூறுகளையும் மக்களிடையே வேறுபாடுகளைத் தட்டி யெழுப்புகின்ற பார்வையளையும்தான் அவர் எதிர்த்தார். வியப்பானவை ஆனால் உண்மை எதுவாயினும் அவர் பௌத்தத்தைத் தழுவியதின் வாயிலாகச் சூத்திரங்களுக்கும் ஏற்புடைய மாற்றமுடைய இந்து சமயத்தையே அதாவது பிராமணர்களால் போற்றப்பட்ட கொள்கைகளும் நிறுவனங்களும் நீக்கிய இந்து சமயத்தையே ஏற்றுக் கொண்டார். உண்மையில் இந்து சமயத்தில் முன்னேற்ற வழிக்கு வழி வகுக்காத ஒவ்வாத கருத்துககளை மட்டுமே கடுமையாகச் சாடி வந்தார்.

பௌத்தம் அவருக்குச் சிறப்பாகத் தோன்றியதற்கான காரணம் இந்திய வரலாற்றின் பழமையைப் போற்றவும் அறிவியல் அடைப்படை யில் மாற்றி அமைக்கவும் தன் சிந்தனைகளுக்கு ஏற்றதாக இருந்தது தான். அவர் இவ்வாறு எழுதுகிறார். “பழமையான இந்திய வரலாறு பொசுக்கப்படல் வேண்டும்... நல் வாய்ப்பாகப் புத்த சமய இலக்கியங்கள் தங்கள் சமய வெறியின் மோகத்தால் பிராமணர்கள் எழுதிக் குவித்தவற்றை இடிபாடுகளாக வெட்டி எடுத்துவிட உதவும்” (தொகுதி 3, ப. 152). “பௌத்தம் ஒரு புரட்சி, பிரஞ்சுப் போன்று”[133] என்கிறார். முதலில் சமயப் புரட்சியாகத் தோன்றி முடிவில் சமூக, பண்பாட்டு அரசியல் புரட்சியாக உருவெடுத்தது என்கிறார். இந்தியா வின் பழமையான ஆட்சி முறையையும் பௌத்தத்தினால் தோன்றிய மாற்றத்தையும் ஆய்ந்தால் அதன் ஆழமான விளைவுகளாலும்

பெருமைகளும் புலப்படும். இதற்குக் காட்டு பிரஞ்சப் புரட்சியே.

இந்தப் புரட்சி ஏற்படுவதற்குமுன் ஆரிய நாகரிகம் படுகுழியில் தள்ளப்பட்டு அவல நிலையிலிருந்ததை வரையறுத்துச் சொல்லத் தொடங்குகிறார். அப்போதுதிருந்த சமுதாய வழக்கில் மது அருந்துத லும் சூதாட்டமும் ஆகிய சமூகக் கேடுகள் நிறைந்திருந்தன. அந்தச் சூதாட்டமும் பெருமளவில் பணயங்களுடன் அதாவது அரச குடும்ப உறுப்பினர்களையும் அரசின் பகுதிகளையும் பணயமாக வைத்து விளையாடப்பட்டது. அரச குடும்பத்தில் மட்டுமன்று பாமரர்களையும் பிடித்தாட்டியது இந்தக் கொடியநோய். மற்றது மது அருந்துதல், அதாவது சோமபானம், சுராபானம் என்ற இரண்டுவகை. சோமபானம் சூத்திரர் அல்லாத மற்ற மூன்று மேல் பிரிவினர் வேள்வியின் ஓர் அங்கமாகக் கொண்ட குடிப்பழக்கம். இந்தச் சோமபானத்தைப் பெருமளவில் தயாரிக்கும் முறை ஒரு பாதுகாக்கப்பெற்ற, பிராமணர்களுக்கு மட்டுமே தெரிந்த ரகசியமாக இருந்தது. சுராபானம் எல்லா எளியவர்க்கும் கிடைத்த வாய்ப்பு. பிராமணப் பெண்களும் குடிப்பழக்கத்திற்கு விலக்கில்லை. அடுத்தது பிறன்மனை சேரல் எனும் விபசார நடவடிக்கை. புத்த சமயத் தோற்றத்திற்கு முன்னர் வாழ்ந்த ஆரியர்களிடம் திருமணம் உடல் உறவு பற்றித் தெளிந்த கோட்பாடுகள் வழக்கில் இல்லை. முறையற்ற உடல் உறவுகள் வழக்கிலிருந்தன. வசிட்ட முனிவன் தன் பெண் சத்ருபாவையே மணந்தது போல எவரும் செய்துகொள்ளலாம். அதுபோல் பாட்டனார்கள் பேர்த்திகளைத் திருமணம் செய்து கொண்டதும் உண்டு. மற்றவர்க்குத் தன் குலப்பெண்களை குறுகிய காலத்திற்கு வாடகைக்குப் போகப் பொருளாகத் தந்ததும் உண்டு. குடும்ப வளர்ச்சி, ஆடுமாடுகள் வளர்க்கப்பட்ட முறையில்தான் இருந்தது. திருமணம் ஆகாத பெண்கள் கற்புநெறிக் கொள்கைகளைக் காக்கவில்லை. விலங்குகளுடன்கூட உடல் புணர்ச்சி கொள்ளப்பட்டது. பிராமண பூசை செய்யும் கூட்டம் ஆடம்பரமாகவும் பொறாமை உணர்ச்சி நிறைந்ததும் கற்புநெறி போணாததாகவும் ஒழுக்கக் குறைவுடனும் இருந்தது- சுருங்கக் கூறின், மாற்றப்பட வேண்டிய புரட்சி நிலையைத் தொட்டுவிட்ட ஒரு சமுதாயமாகத் திகழ்ந்தது.

இந்தியாவில் தோன்றிய மிகப்பெரிய சமுதாய புரட்சிவாதி கௌதமபுத்தரே. அவர் தோற்றுவித்த பௌத்த சமயம் இந்திய எல்லைக்கு அப்பாலும் எங்கும் பரவியது. டொனால்டு மெக்கன்சி என்ற பேராசிரியரின், “புத்த சமயம் இங்கிலாந்தில் தோன்றிய மதப் புரட்சியின் மறுவடிவம் என்பதற்குச் சான்றுள்ளது.”[134] என்று கூறுகிறார். அதன் கோட்பாடுகளில் அமைந்த போதனைகாளல் மட்டு மல்ல அதைத் தோற்றுவித்தவரின் சிறப்பான கவர்ச்சி நிறைந்த

வாழ்க்கைப் பின்னணியும் இதன் வெற்றிக்குக் காரணமாகும். அதைவிட இன்றியமையாதது, கூறியவற்றைச் செய்துகாட்டி அவர் வழிநடந்ததுதான். தூய்மையான அப்பழுக்கற்ற வாழ்வு என்பதைத் தன் வாழ்க்கையின் வாயிலாக எடுத்துக்காட்டாகக் காட்டினார். ஆரியர்கள் தோன்றிய காலத்தில் பிராமண சமுதாயத்தினர் வாழ்க்கையின் முறையற்ற குறைகள் நிறைந்த தன்மையை இவர் தான் வாழ்ந்தது வாயிலாகச் சாயத்தை மாற்றிக் காட்டினார். தன் உயர்ந்த கருத்துக்களையும் வழிமுறைகளையும் பின்பற்ற எளிய பாமரனுக்கும் அதை ஏற்கும் சடங்கைப் புகுத்தினார். புத்த சமயத்தைத் தழுவ விரும்புவோர் வாழ்க்கையில் நேர்வழி நடத்ததற்குச் சில கோட்பாடுகளை ஏற்றுக்கொள்ளும் உறுதி செய்ய இது வழிவகுத்தது. இவை, 'பஞ்சசீலம்' என்ற ஐந்து சீரிய வழிமுறைத் தத்துவங்களாகக் கூறப்பட்டன.

1. கொல்லாமை
2. திருடாமை
3. பொய் கூறாமை
4. மறவழியில் நடக்காது தவிர்த்தல்
5. மது அருந்தாமை. சமய பிரசாரகர்களுக்கு மேலும் சில கட்டுப் பாடுகள்
6. தேவையானபோழ்தன்றி உண்ணாமை
7. நடனம், இசை, நாடகம் போன்ற பொதுமன்ற கேளிக்கை நிகழ்ச்சி களைக் காணாமலிருத்தல்.
8. மாலைகள், ஆபரணங்கள், வாசனைப் பொருட்களைத் தவிர்த்தல்.
9. உயர்வகை படுக்கை, மெத்தைகளைப் பயன்படுத்தக் கூடாது.
10. எத்தருணத்திலும் பணத்தைப் பெறக்கூடாது.

அன்பு, ஞானம் என்ற இரண்டு முக்கியக் கூறுகளிலிருந்து தொன்றியவை மேற்கூறப்பட்ட எதிர்மறை அறக் கோட்பாடுகள். ஆரிய பிராமண ஆதிக்கப் பிடியில் சிக்கித் தவித்துவந்த இச்சாதி முறைக்கு ஒரு நேரிடையான சவாலாக இந்தப் புத்த மதத்தில் இணைத்துக் கொண்டார். அவர், சமுதாய நிலையில் தாழ்ந்த இடம் கொடுக்கப்பட்டு இன்னலுற்ற பெண்களைத் தன்னுள் அணைத்து உயர்ந்த சமயப் பிரசாரர்களாக்கினார். ஒரு பெண் பிக்குணி ஆகலாம். உயர்வர்க்க ஆரியர்களின் அதாவது பிராமண, சத்திரிய, வைசியர்களின்

ஏகாதிபத்திய உரிமையாக இருந்த படிப்பதும் அறிவு தேடுதலுமாகிய உரிமையை எதிர்த்தார். பெண்களுக்கும் சூத்திரர்களுக்கும் கல்விமுறை திறந்துவிடப்பட்டது. பழைய இந்திய வரலாற்றில் இது மிக்க அழகாக விமர்சிக்கப்பட்டுள்ளது. இருப்பினும் இந்தியாவில் புத்த மதம் தழைக்காமல் தாழ்ந்ததன் அரசியல் காரணங்களை ஆயும்போது இவ்வாறு கூறுகிறார். "மனு ஆற்றல் மிக்க சத்திரியவமிசத்தைப் புண்படுத்த விருப்பமிருந்தும் தாக்கத் தயங்கினார். நண்பனாக இருந்து தன் கருத்துக்களைப் புகுத்த முற்பட்டார். பிஸ்மார்க் என்ற ஜெர்மானியர் போன்று மனு அரசியல் திறமை படைத்தவரின் விளையாட்டு என்று புரிந்து வைத்திருந்தார். ஆகவே, சத்திரியர்களுடன் பிராமணர்கள் கூடி ஓர் இணைந்த முனைப்பாட்டில் வியூகத்தில் மற்ற சூத்திர வைசியர்களைத் தனிமைப்படுத்துவதில் மனு திறமை காட்டினார். ஆனால் சூத்திர வைசியர்களைத் தனிமைப்படுத்துவதில் மனு திறமை காட்டினார். ஆனால் சமயத்தின் பெயரால் செய்த சூழ்ச்சிகள் இவை. பார்ப்பணியத்திற்குச் சமயம் என்ற மேலாடை வாயிலாகக் குறைகாணும் அரசியல் தந்திரங்களைக் கையாள முடிந்தது"[135] என்பது அவரது கருத்து. இந்து சமயத்தில் இருபெரும் பிரிவுகளான சூத்திரர்களையும் பெண்களையும் அடிப்பகுதியாகக் கொண்ட இந்து சமயத்தில் இந்த பிராமண, சத்திரிய பிரிவினரின் கூட்டு முயற்சி இந்தியாவில் சிறந்த மாற்றம் தரவல்ல பௌத்தத்தை விரட்ட முடிந்தது. தோன்றிய நாட்டிலேயே பௌத்தம் அழிந்திடுதற்குக் காரணம் இஸ்லாமின் பௌத்த கொள்கைகளுக்கு எதிர்ப்பன்று, இந்து சமயமே காரணமாகும்.

பௌத்தர் அல்லது காரல் மார்க்ஸ் எனும் சுருக்கமான பப்பில் அம்பேத்கர் இந்த இரண்டு நாயகர்களையும் ஒப்பிட முயல்கிறார். இந்த இரண்டு வரலாற்றுச் சிந்தனையாளர்களுக்கு எதிர்ப்பட்ட காரணங்களால் ஒப்பிடுதல் அவ்வளவு எளிதன்று. எந்த போதனைகளுக்கும் அடிப்படையானது அகிம்சை என்று தொடங்கி[136], மார்க்சிய சிந்தனைகளில் சிறிதளவு அணையாத நெருப்பாக[137] இருந்தவற்றைப் பற்றிக் கூறுகிறார். அவை நான்கு சிறப்புக் கூறுகளாகக் கூறப்பட்டன.

1. தத்துவத்தின் கடமையே உலகத்தை விளக்க முயல்வது அல்ல. அதை மாற்றி அமைப்பதே.

2. வர்க்கப் போராட்டத்தில் அவரவர்க்கு உள்ள சலுகைகள் காரணமாக மோதல்கள் இருந்தன.

3. தனிமனித சொத்துரிமை ஒரு வர்க்கத்தினரைத் துன்பத்திலாழ்த்தியும் உடையோருக்குத் தாழ்ந்தவர் மீது கொள்ளையடிக்க வாய்ப்பும் தந்தது.

4. சமூக நலனாகக் கருதுப்பட்டது தனிமனித சொத்துரிமை அழிக்கப் படடல் வேண்டும் என்பது.

இவற்றில் முதல் கொள்கையை இருவரும் ஒப்புக்கொண்டனர். இரண்டாவதும் அவ்வாறே. மற்ற இரண்டிலும் அவர்களிடம் ஒப்புக் கொள்ளக்கூடிய கூறுகள் இருந்தன. அம்பேத்கர் இந்த வேறுபாடுகள் பெரிதுபடுத்துமளவிற்கு இல்லை என்கிறார். ஏனெனில் மறவழிதான் நியாயம் பெறுதற்கு வழிவகுக்குமாயின் அதனை ஏற்றுக்கொள்வதற்குப் புத்தரும் அனுமதித்துள்ளார். “சொத்துடைமை ஏகாதிபத்தியவாதிகள் தங்கள் பிடிப்பினை விட்டுத்தர மறவழியில்தான் பணிவர் என்றால் புத்தரும் அந்த வழியில் செல்லத் தயங்கியிருக்க மாட்டார்” என்பது அம்பேத்கர் கூற்று. மார்க்ஸ் கூறிய மாற்றுவழி எளிய குடிமக்களின் சர்வாதிகாரப் புரட்சி. “புத்தர் ஜனநாயக வாதியாகப் பிறந்து வாழ்ந்து இறந்தார்”[138] புத்தர் இந்தச் சர்வாதிகார வழிக்கு ஒப்புதல் தந்திருக்கமாட்டார், பன்பது இவரது அனுமானம் இவ்வாறாக இருவரின் செயல்பாட்டு வேறுபாடு, “தானாக முன்வந்து அமைக்கப்பட்ட அரசியல் முறையா,” “வன்மையாகக் கண்டிக்கப்பட்டு, திணிக்கப்பட்ட அரசியல் சர்வாதிகாரமா” என்ற இடத்தில்தான், அம்பேத்கர் பிற்பட்டுள்ள நாட்டின் முன்னேற்றத்திற்காகச் சிறிதுகால சர்வாதிகார ஆட்சிமுறையை ஏற்கத் தயார். பொதுவுடைமை ரஷ்யாவில் குறுகிய காலத்தில் நிகழ்ந்துள்ள மாற்றங்கள் வெற்றிகள் சர்வாதிகார போக்கினால்தான். இதை மறுக்கமுடியாது, “ஆகவே நான் எல்லா பிற்பட்ட நாடுகளுக்கும் இம்முறையைப் பரிந்துரை செய்கிறேன்” என்கிறார். ஆனால் தொடர்ந்த சர்வாதிகார அரசியல்முறை தேவை யில்லை. மனித சமுதாயம் பொருளாதார மேம்பாட்டுப் பயன்களை மட்டும் வேண்டவில்லை. ஆன்மீகக் கொள்கைகளை நிலைநிறுத்தவும் விரும்புகிறது. இதிலிருந்து அம்பேத்கர் மார்க்சிய சிந்தனையிலிருந்து சிறிதளவு வேறுபட்டார் என்பது தெளிவு. ஆனால் உறுதியாக அவர் மார்கசியவாதத்தினை விட பௌத்தத்திற்கு அருகாமையிலருந்தார் என்பது உறுதி.

இதிலிருந்து எளிதாகத் தெரிவது, ஏன் அம்பேத்கர் பௌத்தத்தைத் தழுவினார், ஏன் அதனைச் சிறந்த இலக்காக இந்தியாவிற்கு மட்டுமல்ல உலகத்தில் பிரச்சனைகளின் பிடியில் தவித்த மற்ற நாடுகளுக்கும் பரிந்துரை செய்தார் என்பது. இந்து சமயத்திலிருந்து விடுபட மாற்றாகப் பௌத்தத்தை அவர் ஏற்கவில்லை, உயர்ந்த சமயவழியிலான வாழ்க்கை வாழவேண்டும் என்ற முழுமையான எண்ணமே அவரை இதற்குத் தூண்டியது.

பண்பாட்டிற்கு அடித்தளமே சமயம்

பண்பாடு மனித வாழ்க்கைக்கு இன்றியமையாத குறித்த பலன்களைத் தரும் முறை என்று கூறினால் பண்பாடும் சமயமும் ஒன்றோடு ஒன்று இணைந்தவை என்றும் கூறலாம். மதிப்பை வெளிக்கொணரும் ஆற்றல் அறிவியலுக்குக் குறித்த அளவே உள்ளது. அம்பேத்கரின் விரிவான விஞ்ஞான கருத்துக்கள் மதிப்பை உயர்த்துவதற்குப் பயன்படாது. ஆகவே, தனிமனித வாழ்க்கைக்கும் சமுதாய பொதுவாழ்க்கைக்கும் கொள்கைகளும் அறநெறியும் வகுத்துத் தர அவர் சமயத்திடம் எதிர்நோக்குகிறார்.

இந்தக் கண்ணோட்டத்தில் தனிமனிதனும் சமுதாயமும் நேரான பயன்தரும் மதத்தைத் தேர்ந்து தெளிதல் இன்றியமையாததாகும். ஆகவே, உயர்ந்தவை தாழ்ந்தவை என்ற ஒப்பிட்டு முயற்சி சமயங் களுக்கும் தேவை. அதேபோழ்து வரலாற்றுப்படி அந்தந்தக் கால கட்டங்களுக்குகந்தவாறு சமயம் அமைதல் வேண்டும். வரலாற்று மாற்றங்களுக்கு ஈடுகொடுக்கவும் உலக அளவு கோலுககு ஏற்றதாகவும் அமையும் இந்த முதல் அளவுகோல் எதிர்மாறாகத் தோன்றுகிறது. இரண்டாவதாக வரலாற்று வழியில் ஏற்றதாக அமைப்பது. அம்பேத்கரின் கூற்றின்படி அந்தந்தக் காலத்திற்கு முழுமையாகவும் ஏற்றதாகவும் அமைவதாக இருபபது சற்றுக் கடினம்தான். ஆகவே, அவ்வப்போது ஏற்றதாயும் உலக அளவில் உகந்ததாயும் உள்ள சமயத்தை அவர் எதிர்பார்க்கிறார். இன்றைய நாகரிக உலகில் பிரஞ்சு புரட்சியும் ஐரோப்பிய மறுமலர்ச்சியும் தோற்றுவித்தவை சிறந்த அளவுகோல்களாக அம்பேத்கர் எண்ணுகிறார். அதாவது இந்த யுகத்தில் சமத்துவம், சகோதரத்துவம், சுதந்திரம் என்ற கொள்கைகளை உயர்த்தும் தன்மை உடையதாக எந்தச் சமயம் உள்ளதோ அதுவே ஏற்கத் தகுந்தது எனவும் கருத்துடையர். இதற்கப்பால் இதற்கு எதிராக மனித வாழ்க்கைக்குச் சமயத்தின் தேவையை இன்றியமையாமையை அவர் வலியுறுத்துகிறார். இவற்றுடன் யுக மதிப்பையும் உயர்த்துவதாக அமையவேண்டும்.

இன்றைய யுகத்தில் நியாயத்தையும் சமநீதியையும் தருவதாயும் முநதய காலத்தில் பயன்தரு தன்மை உடைத்தாயும் இந்து சமயம் இல்லாததும், பௌத்தம் இவை இரண்டையும் நிறைவு செய்வதாயும் அவர் கண்டார். பழமையான சமயமாயினும் புதிய யுகத்தின் விஞ் ஞானத்திற்கு ஏற்புடைமை, மனித வளர்ச்சிக்கு மதிப்பளித்தல், விரிந்த ஜனநாயகப் பண்பு இவற்றைப் பௌத்த சமயம் தன்னகத்தே கொண்டதாயும் சமய அளவிற்குத் தேவையான எதிர்ப்பார்ப்புக்களை நிறைவு செய்வதாகவும் இவர் கணித்தார். ஆகவேதான், அவர்

மார்க்சியத்தையும், பொதுவுடைமைத் தத்துவத்தையும் சிறப்பானதாக நினைத்தார். புதிராக இந்து சமயம் புத்த சமயத்தின் புரட்சித் தன்மையை விளக்கிய காரணத்தால் வெறுத்தார். சூத்திரர்கள் வருணனைப்படியான புரட்சிகர இந்து சமயத்தைப் புத்தசமயம் என்ற மறுபெயரில் அவர் கண்டார் என்றும் கூறலாம். அதே போன்று பார்ப்பணியம் நிறைந்த புத்த சமயத்தை எதிர்த்தத் தன்மையை அவர் விரும்பவில்லை. ஆகவே, தான் கண்ட இந்து சமயத்திற்கும் அவர் எதிர்பார்த்த பௌத்த சமயத்திற்கும் ஒரு கூர்ந்த வேறுபாட்டை அவர் கண்டார். புத்த சமயக் கோட்பாட்டில் நின்று அவர் இந்து சமயத்தைத் தாழ்த்தினார் என்றும் கூறலாம்.

6. முற்றுப் பெறாத புரட்சி

அம்பேத்கரின் வாழ்க்கையைப் பற்றியும் அவரின் எண்ணங் களையும் மேலெழுந்த நிலையில் படித்தாலும் அவர் ஒரு முழுமையான புரட்சிக்கு அடிகோலியவர் என்பது விளங்கும். ஆனால் காந்திஜி, ஜெயப்பிரகாஷ் நாராயணன், நேரு போன்றோர் தங்களுடைய தனித்துவ முறையில் தங்களுடைய புரட்சியில் ஈடுபட்டிருந்தார்கள். அம்பேத்கர் விரும்பிய புரட்சியின் தனித்துவக் கொள்கைகளைக் காண்பதற்கு முன்னர் மற்ற புரட்சியாளர்களின் கருத்துக்களைக் காண்பது ஒப்பு நோக்குவதற்கு ஏதுவாக அமையும்.

காந்திஜியும் ஜேபியும் முற்போக்கான சமுதாயம், பொருளாதாரம், அரசியல், பாரம்பரியம் ஆகியவற்றை மீண்டும் கிடைக்குமாறு செய்ய ஒரு புரட்சியைச் செய்ய விரும்பினார்கள். இக்கவர்ச்சிகரமான முயற்சியில் ஜே.பி. அமைத்திருந்த கற்பனை மற்றும் ஈர்க்கும் முறைகள் காந்திஜி திட்டமிட்டிருந்ததைக் காட்டிலும் சிறந்ததாக இருந்தது. மிகவும் நவீனமான திட்டமானது இந்தியாவின் தேவைகளுக்குட்பட்டு மாற்றி அமைக்கப்படுமுன் நிராகரிக்கப்பட்டது. இதன் வாயிலாக நவீனத்துவம் நிராகரிக்கப்பட்டு மற்ற மேற்கத்திய ஐரோப்பிய குடியேற்ற முறைகள் அப்படியே இருந்தன. ஹிந்தி ஸ்வராஜான காந்திஜியின் புதிய முன்னேற்ற முறைகளும் ஆழ்ந்த கருத்துக்களும் அடங்கிய முயற்சியின், அவர் தன்னுடைய சரளமாகப் பேசும் தன்மையாலும் கனிவாகவும் தன்னுடைய புரட்சியைப் பரப்பினார். மாறாக ஜே.பி. அவருடைய கட்டுப்பாடான கொள்கையினால் காந்திஜியின் முறைகளைப் பின்பற்ற இயலவில்லை. 1970இல் இந்திய அரசியலில் ஜே.பி. ஈடுபட்டது சுதந்திர மக்களாட்சியில் காந்தியக் கொள்கைகளுக்கு எதிராக அமைக்குமாறு செய்தது.

நேரு தான் விரும்பிய புரட்சியை மக்களிடம் விரிவாகவும், தெளிவாகவும் தகுந்த காரணங்களின் அடிப்படையில் சொல்லாமல் இருந்த போழ்திலும் அவருடைய கொள்கைகள் ஐரோப்பியக் கருத்துக்களை ஒருத்திருந்தன. நேர தன் கொள்கைகளைக் கவித்துவ முறையிலும் பொழுதுபோக்காகவும் சொல்லிவந்தார். இருப்பினும் நேரு ஒரு நவீன புரட்சியாளர். அவருடைய கொள்கைகள் சமயச் சார்பின்மை, மனிதவளம், சுதந்திர ஆட்சி, தொழில்நுட்பம், சமூகம்,

பொதுநோக்கு ஆகியவை மிகவும் நவீனமாகச் சிறப்பிடம் பெற்று விளங்கின. அவர் திடமான சிந்தனை இல்லாதவராகப் புரட்சியை முன்னெடுத்துச் செல்லாமல் தோல்வியடைந்தார். இது ஏனெனில் அவர் அரசியல் விவேகம் சற்று குறைவாக இருந்தவராகவும், போது மான உறுதியை அவர் காட்டாததேயாகும். மேலும் மேற்கத்திய நாடுகளைப் போன்றில்லாமல் கருணையுடன் செயல்பட்டதாலும் அவர் தோல்வியுற்றார் என்று கூறலாம் அவர் தன் திறமையான மேடைப் பொழிவுகளால் புரட்சிகரமான கருத்துக்களை எடுத்துக் கூறியபோதிலும் அவர் சமூகத்தில் விட்டுக்கொடுத்துப் போக வேண்டியிருந்தது. உண்மையில் நேரு தன் முழுப் பணியையும் ஒரு நவீன இந்தியாவை உருவாக்க ஈடுபடுத்தினார். அரசியல் நுழைவினால் அதில் மூழ்கி நேரு நிறைவடைந்தவராக இல்லாமலிருந்து தன்னுடைய புரட்சிக் கோட்பாடுகளைப் பரப்பும் பணியில் முழுமையாக ஈடுபட்டிருந்தாரானால் அவரது பங்கு மிகவும் தரம் வாய்ந்திருக்கும் என்பதில் ஐயமில்லை.

இந்தியப் பொதுவுடைமை அமைப்பின் பல்வேறு பிரிவுகளும் அவர்களின் ஒரு பிரிவின் தான் தோன்றித்தனமான முடிகளாலும் முழுமையான புரட்சியை அவர்கள் அடைய இயலவில்லை. மாவோ, இதர பொதுவுடைமையாளர்கள் போன்று இவர்கள் தங்கள் கவனத்தை உண்மையான புரட்சி மாற்றம் கொண்டுவருவதில் செலுத்தவில்லை. அவர்களது கோட்பாடுகள் நடைமுறைக்கு ஒவ்வாமல் குழப்பம் விளைவிக்கும் வகையில் இருந்தன. செயல்களும் விளைவுகளும் மாறாக இருந்தன. நடைமுறைக்கு ஒத்திணைவதும் இயல்பானதுமான ஒரு முன்மாதிரியான இந்தியப் பொதுவுடைமையை அவர்கள் உருவாக்கத் தவறியது அவர்களைத் தத்தம் வழிகளில் விரும்பியவாறு சுதந்திர மக்களாட்சியில் செயல்பட வைத்தது. இந்தியர்களிடையே பகைவர் யார்? நண்பர் யார்? என்று இனம் காண்பது அரிதாக இருந்தது. காட்டாகக் காந்தியத்தை நம்பியவர்களையும் அம்பேத்கரது எண்ணங்கள் கருத்துக்களை உடையவர்களையும் தம்முடைய புரட்சிகளில் இணைத்துக் கொள்ளாதது வாதத்திற்குரியது. இந்தியப் பொதுவுடைமையாளர்கள் தங்கள் நாட்டின் தன்மை, பண்பாடு, குறிப்பாகச் சாதி அமைப்பு ஆகியவற்றைப் புரிந்து கொள்ளாமல் இருந்ததை அம்பேத்கர் சுட்டிக் காட்டியது கவனிக்கத்தக்க ஒன்றாகும்.

அம்பேத்கரின் புரட்சியானது மிகவும் தனித்தன்மை உடையதாக வும் தன் இலக்கை அடையும்போலவும் இந்திய அரசியலுடன் சார இயலும் என்பது போன்றும் இருந்தது. அதனால்தான் மற்ற புரட்சியாளர்களான காந்திய, நேரு மற்றும் மார்க்சிஸ்டுகளைத் தன்பால் ஈர்க்க முடிந்தது. அதன் சிறப்பு நோக்கமானது சமத்துவம்

சகோதரத்துவம் ஆகியவற்றை நவீன இந்தியாவில் நிறுவுவதாக இருந்தது. அம்பேத்கரின் இந்தப் புரட்சி வடிவமானது எந்தச் சமுதாயத்திலும் முக்கிய அங்கம் வகிக்கக் கூடிய சமயத்தைப் பற்றி குறிப்பிடவில்லை. காந்திஜியைப் போன்றே அம்பேத்கரும் சமயம் என்பதை கவனமாகக் கையாண்டார். அது ஏதோ ஒரு முக்கிய சத்துப் பொருள் போன்று அவருடைய புரட்சிக் கோட்பாடுகளில் பழையன, புதியனவாகிய சமயக் கொள்கைகளையும் இணைத்துக் கொள்ள வேண்டியிருந்தது. ஆகவேதான், புரட்சி முன்னோடியாக விளங்குவதில் சமயத்தினை அடிப்படையாகக் கொள்ள வேண்டியிருந்தது. புதிய தொரு சமயத்தினை உருவாக்குவதற்கு இந்தியாவின் வரலாற்றிலேயே மிகச் சிறந்ததோர் அனுபவத்தைக் கண்டார். அதுதான் புத்த சமயம். அம்பேத்கர் தன்னுடைய பற்றாளர்களைப் புத்த சமயத்தில் ஈடுபடுமாறு வேண்டியது இரண்டாவது முறையாகப் புத்த சமயத்தை இந்தியாவில் பரப்பும் முயற்சியாக இருந்ததென்றால் மிகையாகாது என்பது மிகவும் உண்மை.

ஆனால் இந்தப் புரட்சியானது தன் இலக்கை அடைய வெகுதூரம் செல்ல வேண்டியிருந்தது. இந்திய ஜனநாயகம் மிகுந்த கேடடைந்து இந்தியச் சமுதாயம் பொலிவிழந்து ஒழுங்கற்ற தன்மை யுடன் விளங்கியது. உண்மையை அடிப்படையாகக் கொண்டு புத்தரின் கோட்பாடுகள் அடங்கிய சமயம் தோன்றவில்லை. நாம் சமய நம்பிக்கையின்றி இருந்தவர்களையும் சமயம் சார்ந்த அங்கீகாரம் உடையவர்களையும் காரண வேறுபாடின்றி இருந்தவர்களையும் பெற்றிருந்தோம். ஆனால் தன்னால் இயன்ற அளவு முயற்சியைப் புரட்சி தொடங்கவும் மேம்படவும் செய்ய அம்பேத்கர் முனைந்து செயலாற்றினர். ஆனால் அது இன்னும் முழுமைபெறவில்லை. இதனை நனவாக்க அம்பேத்கர் நம்மிடமும் அவரைப் பின்பற்றியவர்களிடமும் விட்டுச் சென்றிருக்கிறார். நம்மிடம் சகோதரத்துவம், சுதந்திரப் போக்கு, தெய்வ வழிபாடு, சமத்துவம் ஆகியவை இல்லாதவரையில் இது நிறைவேறாது. இந்தப் புரட்சி முழுமைபெறுதற்கு நாம் ஏதாவது செய்யவேண்டுமென்று கருதினால் நம்மால் இயன்றவரை இந்தியத் திருநாட்டின் தவத்திரு புதல்வனுக்கு மரியாதை செலுத்துவோம்.

☯

பின்னிணைப்பு

அம்பேத்கரின் உரைநடைக் கலை

எந்த இலக்கிய விளக்க முறையாக இருந்தாலும் அம்பேத்கரின் எழுத்துப் புலமையை அதன் தன்மைகளுக்கு உட்படச் செய்வது குறுகிய நோக்குடையதும் அவர் புலமையின் வரலாற்றுச் சிறப்பினைத் தவிர்க்கும் முயற்சியேயாகும். அவருடைய எழுத்துத் திறமை கல்வியாளரின் புலமையாக எதிர்ப்பின்றி ஏற்றுக் கொள்ளப் பட்டுள்ளது. உரைநடை மற்றும் இலக்கியங்களை எவ்வாறு மகிழ்ச்சி யும் இன்பமும் படிப்போருக்கு ஏற்படுமாறு செய்வ தென்பது சில கட்டமைப்பின் வாயிலாக அம்பேத்கரால் நிறுவப்பட்டது. இது இலக்கியங்களைப் படிக்கவும் ஒரு பழைய அமைப்பியல் முறை இல்லாமலும் இலக்கிய இலக்கியமற்றவைகளை இனம் காணவும் உதவியது.

அம்பேத்கரின் உரைநடை இரண்டு பரிமாணங்களை உடையது. ஒன்று அறிவாற்றல் மிக்கது, மற்றது தாக்கும் தன்மையது. முதல் நிலையில் அவரது உரைநடை விளிப்புடனும் அமைதியாகவும் இலக்கு நோக்கியும் ஆடம்பரமின்றி எளிமையாகச் செல்லும். அதே போழ்து நன்றாக அமைக்கப்பட்டதும் சில கொள்கைகளால் சமனுடையதாகவும் ஒற்றுமையுடையதாகவும் அமையும். அம்பேத்கர் தன எழுத்துக்கலையை ஆங்கிலத்தில் சிறந்து விளங்கிய பார்கே என்பவரிடம் கற்றறிந்தாரோ என்று தோன்றும். அவர் விக்டோரியன் முறையையும் அதற்குரிய எழுத்து நடையையும் விரும்பினார். அவரின் இரண்டாவது வடிவத்தில் அரசியல் முறைகேடுகளைத் திருத்த மேற்கோள்களைக் காட்டினார். இதுதவிர மாற்றுப் பயன்பாடுள்ள சொற்களைப் பயன்படுத்தினார். அவை இரும்புபோன்று உறுதியாகவும் கூட்டியும் குறைத்தும் காணப்பட்டன. அவருடைய நூல்களைப் படித்தால் மேற்கூறிய அனைத்துத் தன்மைகளும் மேற்கோள்களுடன் உள்ளதைக் காணலாம். ஆனால் அவர் தன் நூல்களில் சில கட்டுப்பாடுகளை விதித்துக் கொண்டிருக்கிறார். எவரும் இவரது இரண்டு உரைநடை வடிவங்களில் வேறுபாடு அதிகமில்லை என்று வலியுறுத்தக்கூடாது- அம்பேத்கரது வாழ்வில் அவர் வழக்கறிஞராக, விரிவுரையாளராக, நீதிபதியாக, சமூகவியலாராக, அரசியல்

அமைப்பாளராக, அரசியல் தலைவராக, சமூகச் சீர்திருத்தவாதியாக இருந்தபோதிலும் இவர் எழுதிய நூல்கள் நன்மை தீமைகளை நடைமுறையில் விளக்கியுள்ளன.

அவரது வாதத் திறமையும் அவரின் வெளிப்படுத்தும் தனித்திறனும் முருகியல் மற்றும் கலையியல் கோணத்திலிருந்து ஆராய்ந்து நோக்கக்கூடியவை. இவரது உரைகள் ஒழுங்குடன் கூடிய சிறந்த இலக்கை நோக்கி அமைந்தவை. சான்றுகளுடனும் காரணங்களுடனும் முறையாக வெளிப்படுத்தும் மேதைத்தன்மை வாய்ந்தவர் அம்பேத்கர். அவரின் சாதனையாகிய எழுத்துப் புரட்சியிலும் நுணுகி ஆராயும் தன்மையுடைய கொள்கையாளராகவும் விளங்கியதிலும் நாம் கவனத்தைச் செலுத்தவேண்டும். இந்தியாவின் தலைசிறந்த ஆங்கில எழுத்தாளராகக் காந்திஜி, நேரு, நிரத் சவுத்ரி, சீனிவாச சாஸ்திரி ஆகியோரின் வரிசையில் அம்பேத்கரும் இணைய வேண்டியவர். இந்திய ஆங்கில இலக்கியத்தில் அம்பேத்கர் சிறந்தவர் என்பதை இந்திய ஆய்வுகள் இனம் கண்டுள்ளன.

குறிப்பெண்கள்

1. டாக்டர் பாபாசாகிப் அம்பேத்கர், ரைட்டிங்ஸ் - ஸ்பீச்சஸ், தொகுதி - 1, (எழுத்துக்களும் சொற்பொழிவுகளும்) கல்வித்துறை, மகாராஷ்டிர அரசு, பம்பாய், 1979, பக். 9.
2. மேலது, ப. 32.
3. மேலது, ப. 12.
4. மேலது, ப. 32.
5. மேலது, ப. 39.
6. மேலது, ப. 41.
7. மேலது, ப. 43.
8. மேலது, ப. 47.
9. மேலது, ப. 48.
10. மேலது, ப. 48.
11. மேலது, ப. 48.
12. மேலது, ப. 48.
13. மேலது, ப. 49.
14. மேலது, ப. 50.
15. மேலது, ப. 50.
16. மேலது, ப. 50.
17. மேலது, ப. 51.
18. மேலது, ப. 55.
19. மேலது, ப. 53.
20. மேலது, ப. 57.
21. மேலது, ப. 57.
22. மேலது, ப. 58.
23. மேலது, ப. 59.
24. மேலது, ப. 60.

25. மேலது, ப. 63.
26. மேலது, ப. 66.
27. மேலது, ப. 68.
28. மேலது, ப. 75.
29. மேலது, ப. 76.
30. மேலது, ப. 81.
31. மேலது, ப. 81.
32. மேலது, ப. 82.
33. மேலது, ப. 82.
34. மேலது, ப. 83.
35. மேலது, ப. 83.
36. மேலது, ப. 83.
37. டாக்டர் பாபாசாகிப் அம்பேத்கர், (ரைட்டிங்ஸ் அண்ட் ஸ்பீச்சஸ், எழுத்துக்களும் சொற்பொழிவுகளும்) தொகுதி-7, கல்வித்துறை, மகாராஷ்டிர அரசு, பம்பாய், 1990.
38. மேலது, ப. 11.
39. மேலது, ப. 12.
40. மேலது, ப. 14.
41. மேலது, ப. 15.
42. மேலது, ப. 241.
43. மேலது, ப. 242.
44. மேலது, ப. 275.
45. மேலது, ப. 276.
46. (ஸ்டேட்ஸ் அண்ட் மைனாரிட்டிஸ், ப. 3, மாநிலங்களும் சிறுபான்மையினரும், ப. 3)
47. டாக்டர் பாபாசாகிப் அம்பேத்கர், எழுத்துக்களும் சொற் பொழிவுகளும், தொகுதி 1, ப. 101.
48. மேலது, ப. 102.
49. மேலது, ப. 102.

50. மேலது, ப. 102, 103.
51. மேலது, ப. 103.
52. மேலது, ப. 104.
53. மேலது, ப. 106.
54. மேலது, ப. 127.
55. மேலது, ப. 140.
56. மேலது, ப. 142.
57. மேலது, ப. 143.
58. மேலது, ப. 145.
59. மேலது, ப. 167.
60. மேலது, ப. 169.
61. டாக்டர் பாபாசாகிப் அம்பேத்கர், ரையிட்டிங்ஸ் அண்ட் ஸ்பீச்சஸ், எழுத்துக்களும் சொற்பொழிவுகளும், தொகுதி 1.8, ப. 11.
62. மேலது, ப. 49.
63. மேலது, ப. 66.
64. மேலது, ப. 101.
65. மேலது, ப. 101.
66. மேலது, ப. 120.
67. மேலது, ப. 129.
68. மேலது, ப. 129.
69. மேலது, ப. 156.
70. மேலது, ப. 184.
71. மேலது, ப. 196.
72. மேலது, ப. 203.
73. மேலது, ப. 343.
74. மேலது, ப. 379.
75. மேலது, ப. 387.
76. மேலது, ப. 387.

77. பி.எஸ்.கிங் சன்ஸ் லிட், வெஸ்ட்மினிஸ்டர், கிரேட் பிரிட்டன், 1925.

78. டாக்டர் பாபாசாகிப் அம்பேத்கர், எழுத்துக்களும் சொற் பொழிவுகளும், தொகுதி 6 ப. 13.

79. மேலது, ப. 32.

80. மேலது, ப. 45.

81. மேலது, ப. 48.

82. மேலது, ப. 99.

83. மேலது, ப. 183.

84. மேலது, ப. 228.

85. மேலது, ப. 228.

86. மேலது, ப. 229.

87. மேலது, ப. 229.

88. மேலது, ப. 230.

89. மேலது, ப. 281.

90. மேலது, ப. 291.

91. மேலது, ப. 307.

92. தி ப்ராம்ளம் ஆஃப் ருப்பி-இட்ஸ் ஆரிஜின் சொலுஷன் (பி.எஸ்.கிங் சன் லிமிடெட், வெஸ்ட்மினிஸ்டர், கிரேட் பிரட்டன், 1923)

93. மேலது, ப. 331.

94. மேலது, ப. 334.

95. மேலது, ப. 328.

96. மேலது, ப. 562.

97. மேலது, ப. 562.

98. மேலது, ப. 614.

99. மேலது, ப. 614.

100. மேலது, ப. 669.

101. மேலது, ப. 669.

102. பப்ளிஷ்டு இன்த சர்வன்ட் ஆப் இந்தியா, 1 ஏப்ரல், 1925.
103. மேலது, ப. 672.
104. மேலது, ப. 675.
105. மேலது, ப. 675.
106. மேலது, ப. 455.
107. மேலது, ப. 457.
108. மேலது, ப. 466.
109. மேலது, ப. 468.
110. மேலது, ப. 479.
111. டாக்டர் பாபாசாகிப் அம்பேத்கர், எழுத்துக்களும் சொற் பொழிவுகளும், தொகுதி 3, ப. 3, 92.
112. மேலது, ப. 5.
113. மேலது, ப. 5.
114. மேலது, ப. 6.
115. மேலது, ப. 6.
116. மேலது, ப. 8.
117. மேலது, ப. 15.
118. மேலது, ப. 15.
119. மேலது, ப. 16.
120. மேலது, ப. 17.
121. மேலது, ப. 18.
122. மேலது, ப. 22.
123. மேலது, ப. 23.
124. மேலது, ப. 23, 24.
125. மேலது, ப. 25.
126. மேலது, ப. 36.
127. மேலது, ப. 37.
128. மேலது, ப. 44.

129. மேலது, ப. 44.
130. மேலது, ப. 66.
131. மேலது, ப. 71.
132. மேலது, ப. 76.
133. மேலது, ப. 78.
134. மேலது, ப. 153,
135. மேலது, ப. 167, தொகுதி - 3.
136. மேலது, ப. 331.
137. மேலது, ப. 441.
138. மேலது, ப. 444.
139. மேலது, ப. 451.
140. மேலது, ப. 461.

தேர்வு நூற்பட்டியல்

1. டாக்டர் பாபாசாகிப் அம்பேத்கர், (ரைட்டிங்க்ஸ் அண்ட் ஸ்பீச்சஸ் வால்யூம் 1-8, எழுத்துக்களும் சொற்பொழிவுகளும் தொகுதிகள் 1-8). எடுகேஷன் டிபார்ட்மெண்ட் கவர்மெண்ட் ஆப் மகாராஷ்டிரா, கல்வித்துறை, மகாராஷ்டிரா அரசு, பம்பாய், 1987. ஃபோர் பர்தர் வால்யூம்ஸ் கேவ் பீன் ப்ரொஜக்டடு டு பாலோ.

2. தனஞ்செய் கீர், டாக்டர் அம்பேத்கர்-லைப் & மிஷன், பாப்புலர் பிரகாசன், பம்பாய் 1954.

3. டபிள்யூ. என். குபேர், டாக்டர் அம்பேத்கர் - என கிரிட்டிகல் ஸ்டடி, பீப்பிள்ஸ் பப்ளிஷிங் ஹவுஸ், புதுதில்லி, 1973.

4. டி.ஆர். ஜடவா, தி பொலிட்டிகல் பிலாசஃபி ஆஃப் பி.ஆர்.அம்பேத்கர்.

5. டி.ஆர். ஜடவா, தி சோசியல் பிலாசபி ஆஃப் பி.ஆர். அம்பேத்கர்.

6. பி.ஆர். அம்பேத்கர், தி புத்தா அண்டு கிஸ் தம்மா, பீப்பிள்ஸ் எடுகேஷன் சொஸைட்டி, பம்பாய், 1957.

7. பி.ஆர். அம்பேத்கர், வாட் காங்கிரஸ் அண்டு காந்தி கேவ் டன் டு தி அன்டச்சபிள்ஸ், தாக்கர் & கோ. லிட்.

8. பி.ஆர். அம்பேத்கர், தி ரைஸ் & பால் ஆப் ஹிந்து வுமன், டாக்டர் அம்பேத்கர் பப்ளிகேஷன் சொஸைட்டி, ஹைதராபாத், 1964.

9. ஜீனத் ராபின், டாக்டர் அம்பேத்கர் அண்டு ஹிஸ் மூவ்மெண்ட், டாக்டர் அம்பேத்கர் பப்ளிகேஷன் சொஸைட்டி, ஹைதராபாத், 1964.

10. ஏ.எம். ராஜசேகரைய்யா, பி.ஆர். அம்பேத்கர் - பாலிடிக்ஸ் ஆஃப் எமான்சிபேசன், சிந்து பப்ளிகேஷன், பம்பாய், 1971.

11. கே. ராகவேந்திர ராவ், “பாபாசாகிப் அம்பேத்கர்: ஹிஸ்டாரி, சொஸைட்டி & பாலிட்டி - ஆன் எக்ஸ்ப்லோரேஷன் இன் இந்தியன் தியரி” நியூக்வஸ்ட், சூன். 90, நவம்பர்-டிசம்பர் 1991, பூனே.

☯☯